Kurejea kwa Malkia Nkamba wa Nyakayenze

Annael Samwel

Published by Annael Samwel, 2023.

KUREJEA KWA MALKIA NKAMBA WA NYAKAYENZE

First edition. July 14, 2023.

ISBN: 979-8223794769

Written by Annael Samwel.

Sehemu ya Kwanza

Mfalme alisimama mbele ya watu wake na kuelezea jinsi utabiri ulivyo kwenye utawala wa Busambilo.

Aliwaeleza kuwa Nyota ya Mashariki itang'aa sana kwa kipindi hiki cha miaka 100 ndipo utawala wa busambilo utakapogawanyika vipande vipande. Mtu atatoka nje ya busambilo kuleta ugomvi na kuwagawanya watu.

"Sasa hivi mnaniona hapa nipo na nyie pamoja na wajumbe mbalimbali kutoka pande zote za Busambilo tukiwa na furaha. Nipo na wanangwa kutoka Nindo, Salawe, Nela, Buhungukila, Busumabu, Buyombe, Bukoli, Buchosa, Kalumo, Mwigalo, Nsalala, Bulima, Ndagalu, Itilima, Ntuzu, Seke, Badi, Segelema, Ng'wagala, Busiya, Meadu na wengine wote ili kuwaeleza".

"Hapa Busambilo ndio asili yetu sote kokote mliko. Lakini pale Nyota ya Mashariki itakapozima mtasambaratika wote na kuanza kupigana ninyi kwa ninyi. Nyota za Kusini zitang'aa na kuja juu yenu na kuwapoteza wote.Kwa wale wataoutunza utabiri huu wataziona dalili za utawala wa busambilo utakavyoanguka".

Nyota ya Mashariki ni nyota ya kushoto, inatakiwa mjue ndio inayong'aa sasa. Kipindi ambacho nyota hiyo itazima kuna dalili mtaziona. Mtoto wa kike wa mfalme asiye wa kwenu ataletwa kukaa kwenye kisima cha maji yanapotokea. Ndipo mtoto mkubwa wa mfalme atakapoamua kumuoa. Muonapo dalili hizo jitahidini sana kutunza ujumbe huu.

Mimi sasa hivi nimezeeka, sitaweza kuwa na ninyi kwa kipindi chote, lakini aliye na akili ayaweke maneno haya. Kuna maneno mengi tuliambiwa na wazee wa zamani, imeandikwa kwenye kitabu chetu cha majira. Tafuteni mtu mwenye akili ya kuweza kusoma kitabu hicho mtajua mengi.

Baada ya miaka ya mateso itatoka nyota ya magharibi katika ukoo wangu mkono wa kuume, itang'aa na kuleta ukombozi. Haitakuwa rahisi maana Busambilo itakuwa imepotea kabisa. Wenye kusoma majira wataelewa.

Kitabu cha majira kinatakiwa kitunzwe na Wanangwa wa Buhungukila. Huko ndiko vitabu vyetu vyote hutunzwa. Pale nyota itakapozaliwa mtaona dalili ya mvua kubwa kunyesha huku jua likiwaka sana.

Watu walikuwa wanasikiliza kwa makini huku waandishi wa mfalme wakiandika maelezo hayo. Walikuwepo waandishi wa mfalme kumi na wawili wakiandika maelekezo ya mfalme.

Mke wa falme (Nyandalo) alikuwa amekaa kwenye kiti chake akimsikiliza mfalme kwa umakini. Wakati anamsikiliza mfalme alikuwa na wasaidizi wake saba wa kike (Ngole/Bagole). Wao ndio wasaidizi na walizi wa mke wa mfalme. Walikuwa wamepitia katika mafunzo mbalimbali jisi ya kuweza kumlinda mke wa mfalme. Wagole wote walikuwepo siku hiyo. Walikuwa wakisikiliza kwa makini jinsi alivyokuwa akielezea mfalme.

Baada ya mfalme kumaliza kutoa maelezo hayo kulikuwa na sherehe kubwa sana. Wanangwa wote walikula na mfalme, na kubadilishana mawazo ya hapa na pale.

Mbiu ikapigwa na askari wote wakakusanyika kwa ajili ya maonesho mbalimbali. Kulikuwa na maonesho ya namna askari walivyo na ubora wa kurusha mishare, kutumia mikuki na visu. Walionesha umahiri wao kweli walikuwa na ujuzi wa hali ya juu sana.

Baada ya miaka mitano. Siku moja mfalme alikuwa na hali mbaya na alikuwa anaumwa sana. Wanangwa na waganga wote kutoka pande zote walikusanyika kwa ajili ya kumtibu mfalme.

Walikuwepo mabingwa wa kila aina na wa magonjwa mbali mbali. Kila mmoja alitumia ujuzi wake kumtibu mfalme lakini kadri siku zinavyozidi kwenda mfalme alikuwa akizidiwa.

Mfalme aliwaita watoto wake wote saba na kuwaeleza kuwa:

"Mimi kwa hakika sasa sina nguvu na siwezi tena kupona. Nimebahatika kuwa na watoto wa kiume wawili na wa kike watano. Vyema mkajua kuwa ninyi ni wanangu na mnatakiwa kuwa wamoja"

"Ninyi nyote mnasitahili kuwa watawala katika nchi hii lakini kulingana na utaratibu wetu mtoto mkubwa wa kiume ndiye anayetakiwa kutawala. Nimewafundisha mengi sana kwa pamoja, sikuweza kuwaficha chochote na sasa ninyi ni watu wazima kwani kila mmoja anaishi na familia yake."

"Sasa wewe Kapela ninakukabidhi uweze kutawala. Uwasikilize ndugu zako maana ndio watakaokushauri kila siku. Wasikilize watu wako na uweze kutatua kero zao; usiwabague. Hakikisha Wanangwa na wazee unakuwa karibu nao. Wengine msaidieni kaka yenu kuhakikisha anatimiza wajibu wake, yote niliyowafundisha tangu utoto wenu ndio wakati wa kuyatumia sasa"

Mfalme akaita: "Soji! (Mtoto wake wa kike wa pili)"
Soji: '*Kalamiii bhabha*' (Yaani uishi milele baba).
Mfalme: "Ninakuomba ukamlete mjukuu wangu Nyamhindi, nina maongezi naye.

Nyamhidi mtoto wa Soji alikuwa na umri wa miaka minane. Aliitwa kumuona babu yake. Wengine wote walitoka nje na mfalme akabaki na Nyamhindi.

Watoto wake walipotoka walikwenda kukaa kwenye kikao cha pamoja kama kawaida yao. Walikaa kwenye ukumbi wa *Batwale* (Baraza la wazee wa kumshauri Mfalme).

Kikao chao kilikuwa kinahusu namna gani Kapela ataweza kuongoza. Ijapokuwa Kapela alikuwa mtoto mkubwa wa kiume lakini hakuwa wa kwanza kuzaliwa. Mtoto wa kwanza alikuwa anaitwa

Mbula. Kapela alikuwa ni mtoto wa pili, wa tatu alikuwa Soji, wa nne alikuwa Ngolo, wa tano alikuwa Bukwimba, wa sita alikuwa wa kiume anaitwa Masele na wa mwisho wa kike jina lake ni Bugumba.

Masele alikuwa ni mpiganaji mwenye kiwango cha juu sana. Alikuwa na uwezo wa kurusha mishale mpaka minne kwa pamoja. Alikuwa na uwezo mkubwa sana wa kupigana kwa kutumia panga na mkuki.

Miaka saba iliyopita kulikuwa na vita kati ya Busambilo na Ngaya. Watu wa Ngaya walikuwa wanataka kuchukua eneo la Busule, lililoko kusini kabisa mwa nchi ya Busambilo. Masele ndiyr aliyeongoza majeshi.

Masele alikuwa mrefu, mwenye mwili wa upambanaji, nywele zake alikuwa anazifunga mithili ya mfuga lasta anayejipenda sana. Alikuwa akizipaka mafuta na nywele ziling'aa sana. Watu walikuwa wamempa jina la utani *Lubinza* (Yaani mtu anayevunya chochote kinachomzuia).

Basi kikao kilianza na jinsi Ngolo alivyo msumbufu na anavyopenda kuuliza uliza. "Jamani ninataka kujua hivi baba alikuwa na maana gani kutuambia maneno hayo?" Ngolo aliuliza.Kwa kuwa wanamfahamu, ilibidi Bugumba amwambie, hivi hukuelewa chochote? Ngolo akasema; kwa kweli mimi nilikuwa nasikia maneno tu akiongea, lakini sikujua anamaanisha nini. Ngolo akaendelea, kwa nini tusiende kula kwanza kisha tuendelee na kikao? Bukwimba ni mnyamavu sana. Aliposikia kuwa wakale kwanza, alidakia na kukubaliana na Ngolo.

Ilibidi kikao hicho kiahirishwe. Wakati wanaeleka kula chakula, Ngolo alikuwa akiendelea kuuliza maswali mengi sana. Huku wenzake wakimcheka na kumwambia inamaana hujaelewa baba alikuwa anasema nini!!

Mfalme alianza kumweleza Nyamhindi. "Mjukuu wangu wewe ni mtoto wa kike, na wewe katika uzao wako nyota ya Magharibi itatokea".

Nyamhindi akaita "*babu*"

Mfalme akasema "*sema mjukuu wangu*".

"Jana niliota ndoto, ninaikumbuka kidogo tu eti niliona miti saba iliyokuwa imestawi vizuri sana. Miti hiyo ilikuwa imepandwa kwenye mstari mmoja, miti yote ilizaa matunda lakini mti wa tatu matunda yake yalikuwa mazuri sana. Nilienda kuyachuma na kuyala. Je babu hivi ndoto huwa zina maana?"

Mfalme akasema Nyamhindi ujue kuwa kuna aina tatu za ndoto:- Ndoto zinazotokana na mawazo unayowaza, ya pili ni ndoto inayotokana na maisha yaliyopita na ya tatu inaongelea maisa yajao. Wakati mwingine ndoto huwa waziwazi na ndoto zingine huwa ni za mafumbo.

Kwa hiyo ndoto yako hii ni ya mafumbo. Katika kufumbua mafumbo ya ndoto anzakuangalia vitu vinavyokuzunguka je, vinaendana na ndoto yako? Hapo ndipo utakapoanza kufumbua fumbo la ndoto yako.

Nyamhindi hebu ngoja nikuulize, mama zako na wajomba zako wote kwa pamoja wapo wangapi? "Wapo saba" Nyamhindi alijibu. Je, umejifunza nini hapo sasa? Aaah! Kumbe ile miti saba ni mama zangu na wajomba, halafu mti wenye matunda mazuri ni mama yangu. Sasa nimeelewa.

Sasa kama umeelewa kuna jambo ambalo ni la maana sana ninataka nikueleze. Pia nataka nikupatie kitabu hiki. Mfalme alimpatia kitabu cha kumbukumbu chenye siri nyingi za chimbuko la Busambilo na utabiri mbalimbali. Kisha akampatia fimbo. Akamwambia hivi, vitu ninakukabidhi wewe uvitunze maana kutoka kwenye kizazi chako nyota ya Magharibi itatokea. Yote yameandikwa kwenye kitabu hiki. Na kuhusu fimbo hii ninakupa na wewe utakuja kumpatia anayehusika baada ya kuziona dalili zote zilizoandikwa kwenye kitabu hiki. Sasa kesho utatoka hapa kuelekea mlima wa Nyang'ombe huko utakwenda kuonana na babu yako Masanja atakufundisha mengi.

Fimbo hii itakusaidia kupambana na adui yeyote. Ukiitumia ina nguvu kubwa sana hakuna atakayeweza kukuzuia. Hakikisha unavitunza vitu hivi na usimwambie mtu mwingine yeyote isipokuwa mama yako tu.

Ukifika kwa babu yako Masanja mwoneshe fimbo na kitabu ataelewa umeenda kwa ajili ya nini. Mimi sasa hivi nimezeeka, hivyo sitaweza kukufundisha. Hapa nilipo ninaumwa sana na muda wangu wa kukaa na ninyi unaisha haraka sana.

Lakini babu yako Masanja atakueleza na kukufundisha kila kitu. Itabidi ukae huko mpaka utakapoolewa. Utakuwa unakuja kuwasalimia tu wajomba na mama zako.

Babu yako Masanja unamkumbuka? Nyamhindi akasema ndio ninamkumbuka, alikuja tukakaa nae pamoja na akina Ng'washi na Ntenga. Alikuwa anatufundisha kuimba nyimbo. Halafu alinipatia mimi zawadi ya gauni kwa sababu nilikuwa ninaimba vizuri. Gauni lenyewe lipo nyumbani, na ninalitunza sana.

Nyamhindi alitoka hapo kwa babu yake akiwa amebeba kitabu na fimbo hukuameficha kwa umakini sana. Alipofika nyumbani, akaenda kwa mama yake na kumuonesha kitabu na fimbo kisha akamueleza kuwa kesho anatakiwa kwenda kwa babu yake Masanja.

Basi Soji alimwambia Nyamhindi ajiandae kwa ajili ya safari kuelekea kwa babu yake. Aliwaita askari watatu ili waweze kumsindikiza kesho kuelekea kwa babu yake.

Ilikuwa simanzi kubwa, kila mmoja alikuwa na huzuni kubwa sana. Kilio kilitawala kila pande. Wagole walikuwa wakimtuliza mke wa mfalme. Kwa kweli ilikuwa vigumu sana kuweza kumtuliza. Watu wa kila pande walifika. Wengine kutoka katika nchi jirani walifika pale. Watu kutoka Ngaya, Buhima na Nyankole walifika siku hiyo.

Watwale walikusanyika kwa ajili ya kupanga namna gani mazishi ya mfalme yatafanyika. Mkuu wa Watwale (Madodi) alisimama na kusema:

"Ni kama kawaida na taratibu kwamba mfalme lazima azikwe kwenye kaburi la duara huku amekaa kwenye kitu. Utaratibu huu haujabadilika miaka na miaka. Kwa hiyo anatakiwa kuandaliwa ng'ombe mweusi mwenye doa jeupe kichwani kwa ajili ya mazishi"

Wakati wakiendelea na mazungumzo yao, watu wa Ngaya walipanga kuwavamia ili kuweza kuchukua eneo lote la Nindo na Salawe. Majeshi ya Ngaya yalijipanga vilivyo.Ngaya walisema, kwa sababu Masele atakuwa katika hali ya simanzi na kwamba hawezi kuja kupambana na sisi itakuwa rahisi sana kuweza kuwateka na kuteka eneo lote la Nindo na Salawe.

Mjumbe aliyekuwa ametumwa kuangalia utaratibu unavyoendelea kuhusu mazishi ya mfalme alirudi kwa siri siri na kuwaambia wenzake kuwa. Wanangwa wote wapo kwenye nyumba ya mfalme "*Ikoulou*". Kwa hiyo itakuwa rahisi sana kwetu kuchukua hicho kipande na kutangaza kuwa ni chetu. Na tutakapoingia itakuwa ni vigumu wao kututoa.

Yaliandaliwa majeshi ya wapambanaji wa kutumia mishale kwenda kuvamia eneo lote la Nindo na Salawe. Mnamo saa mbili za usiku majeshi kutoka Ngaya yalivamia kambi moja iliyopo maeneo ya Busule na kuua askari wote. Walisonga mbele na kuingia maeneo ya Lyamidati na huko waliwafyeka askari wote.

Walisonga mbele wakifyeka kambi zote ndogo ndogo maeneo ya Ng'wambasha, Sayu na vijiji vinavyozunguka maeneo hayo.

Walifanikiwa kuiteka Nindo yote na kilichobaki sasa ni kuelekea Salawe.

Mapigano yalikuwa makali sana maeneo ya Iseme na askari wengi wa Ngaya walikufa.

Ilibidi warudi nyuma kidogo kwaajili ya kujipanga.

Habari zilipelekwa "*Ikoulou*" na kueleza kuwa wameshateka Nindo yote na wameanza kuingia Salawe. Sasa wapo maeneo ya iseme.

Giza lilianza kuwaita huku msitu mnene ukiwakaribisha mbele yao. Tayari walikuwa wameingia kwenye maeneo ya Mwingilo. Iliwabidi watafute sehemu ya kupumzika ili kesho yake waendelee na safari.

Walitafuta nyumbani kwa Mwanangwa wa maeneo ya Mwingilo. Kijana mmoja aliyejitambulisha kwa jina la Jomoka aliwaambia anaweza kuwaelekeza kwa Mwanangwa. Hii ilitokana na kwamba mavazi ya askari yalikuwa yameonesha nembo ya Ikoulou. Ndio maana Jomoka aliwaamini.

Wakati huo Nyamhindi alikuwa anapitiwa na usingizi alipokuwa ndani ya mkokoteni uliokuwa unavutwa na punda wawili. Huku juu ya mkokoteni huo umefunikwa vizuri na kupambwa vizuri sana.

Kijana aliwachukua na kuwapeleka kwa Mwanangwa. Ilikuwa mbali kidogo na pale walipokuwa. Kijana alianza kuwapa hadithi nyingi sana kuhusu yeye kuwa na mpango wa kujiunga kwenye jeshi la Busambilo.

Aliwaeleza, baada ya yeye kupevuka alichukuliwa na kupelekwa *Ihano* (Eneo wanalopelekwa vijana kwa ajili ya kufundishwa maadili na siri mbalimbali). Kwamba alifundishwa vitu vingi sana ikiwamo kulinda taifa lao la Busambilo.

Alifundishwa na kuelekezwa mipaka yote ya nchi yao. Wakati huo Nyamhindi alikuwa akisikiliza mazungumzo ya huyo kijana. Alichungulia dirishani na kumuona huyo kijana namna anavyowaeleza askari.

Walienda mpaka kwa Mwanangwa. Walipokelewa na askari wa hapo na kujitambulisha majina yao. Kwa kuwa wale wanaotoka Ikoulou mara nyingi huwa wanaleta ujumbe; waliambiwa Mwanangwa hayupo ameenda Ikoulou lakini *Mwanisale* (Mke wa Mwanagwa) yupo.

Basi walienda kumuona Mwanisale na kumueleza wao sio wakaaji kesho wanaendelea na safari kuelekea Nyango'mbe. 'Mwanisale aliwauliza na huyo binti vipi? Wakasema tumetumwa na mama yake Soji mtoto wa mfalme kumpeleka Nyang'ombe. Akasema sawa.

Basi alimuita askari mmoja na kumuuliza kuwa mna habari ya huko Ikoulou? Akasema hapana. Basi msimwambie huyu mtoto maana nimesikia kuwa mfalme amefariki.

Askari alishangaa sana maana wana siku mbili njiani na hawajasikia hilo.

Masanja alipata taarifa kuwa kaka yake amefariki na anahitajika haraka sana kwa ajili ya mazishi. Masanja alilia sana maana walikuwa ni wawili tu kutoka kwa baba yao Nyasha.

Masanja alimwambia mke wake kuwa nguzo moja imevunjika umebaki wewe tu Nshoma. Kwa hiyo tunatakiwa kuwaelekeza vizuri watoto wa kaka namna ya kuendesha nchi. Mimi na kaka yangu tulishirikiana kwa karibu sana na kusaidiana mambo mengi.

Basi Nshoma umebaki wewe tu, kwa hiyo basi sisi tumebahatika kuwa na mtoto mmoja tu wa kiume "Masemba" naye amejariwa kuwa na watoto wawili wa kiume, Ntemanya na Mgoyela. Kwa hiyo basi inatakiwa Ntemanya aende kumuoa mjukuu wa kaka yangu. Maana nilienda kule tayari tulishaongea na kaka kuwa huyo mjukuu atakuja na atakulia huku.

Ni vyema sasa kulinda utawala wa kizazi kijacho, kutokana na utabiri uliotabiriwa kuhusu Busambilo. Hawa bado wadogo Ntemanya yupo na miaka kumi na Mgoyela yupo na miaka mitano. Itakuwa vyema sana kwa Ntemanya kumuoa mjukuu wa kaka yangu na hakika nitakuwa na furaha sana.

Yule mjukuu wa kaka yangu niliambiwa anaitwa Nyamhindi kwa hiyo baada ya mazishi nitamuomba Soji nimchukue nije nae huku na kumfundisha siri zote za nchi hii. Lakini sijui kaka amemkabidhi nani kitabu na fimbo. Kwa sababu kitabu hicho anatakiwa apewe mtu mmoja tu na fimbo hiyo awenayo yeye tu aliyekabidhiwa. Mtu mwingine haruhusiwi kuibeba fimbo hiyo maana inaweza kumdhuru.

Sasa mimi ninaondoka muda si mrefu, wewe baki hapa nyumbani, najua watu wote wananisubiri mimi. Ila lazima niende nikachukue mawe kwenye Mlima wa Mvua (*Lugulu lwa Mbula*). Sio mbali kutoka hapa. Najua nikienda huko lazima tukamtawaze mfalme mpya. Nina uhakika kaka tayari amesha muandaa Kapela.

Masanja aliondoka kutoka Nyang'ombe kuelekea *Lugulu lwa Mbula* ili kuchukua mawe meupe kwa ajili ya kumtawaza mfalme mpya. Alichukua mkokoteni unaovutwa na farasi kisha akachukua vijana watano wa kumsindikiza.

Mkuu wa jeshi kutoka Ngaya aliamlisha jeshi lake lirudi nyuma kidogo na kwenda kujificha kwenye mapori ya Nyamalogo. Walituma mtu ili jeshi lao liongezewe nguvu. Walienda mpaka Mwakalundi na kuchukua kikundi cha wachawi ili kuweza kupenya ngome ya Iseme.

Pale Iseme walikuwepo askari mahiri wakiongozwa na mkuu wa jeshi la Salawe jina lake Bundala. Aliitwa jina hilo kwa sababu aliwafundisha wanajeshi wake namna ya kukwepa mishale kwa kulala chini kifudifudi. Ndio maana jina lake aliitwa Bundala.

Bundala alikuwa mahiri wa kutumia panga na kukwepa mishare na mikuki. Alipata sifa sana katika nchi ya Busambilo na hatimaye alipelekwa kila sehemu ili kuwafundisha askari mbinu za kukwepa mishale.

Kazi yake ya kwanza kabisa ilikuwa Ntuzu. Kule kulikuwa na vita kubwa kati ya Busambilo na watu kutoka Mashariki waliokuwa wanavamia eneo la Dutwa kwa ajili ya kuchukua Ng'ombe. Basi yalikuwa yakitokea mapigano ya mara kwa mara.

Nchi ya Busambilo iliamuru Bundala aende kule kuimarisha ulinzi. Bundala aliwafundisha askari wa huko namna ya kupigana na kukwepa mikuki na mishale.

Aliwafundisha namna ya kumuweka katikati adui na kumshinda kiurahisi. Basi siku moja ilitokea watu kutoka Mashariki walikuja usiku kuvamia kwa lengo la kuchukua ng'ombe maeneo ya Dutwa, askari wa Busambilo waliwashambulia na hatimaye kuwashinda na hakuna Ng'ombe hata mmoja aliyechukuliwa na watu hao.

Jeshi la Ntuzu, Dutwa na Itilima lilikuwa na nguvu sana. Kiasi kwamba watu Mashariki waliogopa kuja kuchukua Ng'ombe.

Baada ya hapo Bundala alipelekwa Buchosa ambako kulikuwa na ungovi wa mipaka kati ya Buhima na Busambilo. Kwa kuwa Buhima walikuwa wanamjua Bundala ilibidi suluhisho lifanyike kwa mazungumzo.

Watawala wa Buhima na Busambilo walikaa huko Buchosa na kukubaliana kuwa hakutakuwa na vurugu tena kati ya Buhima na Busambilo. Waishi kama majirani wanaopendana na kusaidiana.

Liliwekwa jiwe mpakani ili kuonesha mpaka unaotenganisha Buhima na Busambilo.

Asubuhi na mapema safari ilianza kuelekea Nyang'ombe. Mida ya saa tano hivi walikuwa wamefika maeneo ya Chela. Walifika sehemu ya milima miilima na kutafuta sehemu ya kupita. Walipita sehemu ambapo milima haijaungana (*Lyoma*).

Walipopita hapo Lyoma walifika Ntambalale na kuelekea Ng'wakitolyo. Walikosea njia ya kuelekea Nyang'ombe ikabidi warudi kuelekea kwenye mlima wa Nyang'ombe.

Masanja alikuwa anakaa juu ya mlima wa Nyang'ombe. Yeye na familia yake yote walikuwa juu ya mlima.

Baada ya Nshoma kuona wageni wanakuja, Alipiga vigele gele huku akiwalaki na huku akiimba wimbo.

"*Sumbili abageni babo bashika*",
"*Sumbili abageni babo bashika*",
"*Sumbili abageni babo bashika*",
"*Sumbili abageni babo bashika*".
(Tuwapokee wageni hao wamefika),
(Tuwapokee wageni hao wamefika),
(Tuwapokee wageni hao wamefika),
(Tuwapokee wageni hao wamefika).

Watu wote wa kwenye familia hiyo walitoka na kuongozana na Nshoma kuwapokea wageni hao.

Waliwapokea kwa furaha kubwa, kisha watu wa kijiji hicho walipewa taarifa kuwa kuna wageni wamefika kutoka kwa mfalme kwa hiyo waje kwa ajili ya kuongea nao.

Watu wengi walikusanyika, alichinjwa ng'ombe kwa ajili ya kitoweo. Watu walikuja na vitu mbalimbali kutoka majumbani kwao. Wengine walikuja na Maziwa, Karanga, Viazi na kadhalika. Kila mmoja alikuja na kitu anachoona kinafaa.

Ilipofika jioni ngoma mbalimbali ziliitishwa kwa ajili ya kuonesha umahiri wao. Walicheza kila mmoja kwa uwezo wake. Na baada ya maonesho hayo kila mmoja alielekezwa sehemu ya kupumzika.

Watoto wote wa Masemba walikuwepo kwenye hafla hiyo fupi ya kuwakaribisha wageni.

Ntemanya na Mgoyela walikuwa hawapendani, kwa sababu Mke wake wa kwanza Masemba alifariki tu baada ya kumzaa Ntemanya. Ilibidi Masemba atafute mke mwingine. Alikaa kama miaka mitatu hivi bila kuwa na mke. Baadae alimpata mwanamke anayeitwa Wande na akamzalia mtoto wa kiume aliyeitwa Mgoyela. Wande alikuwa hampendi Ntemanya eti tu kwa sababu sio mtoto wake. Alikuwa akimtesa na kumpiga kila wakati. Kitendo hicho kilimfanya Mgoyela kuonekana yeye ndiye mtoto wa pekee.

Wakati kikao cha wazee kinaendelea, ilikuja taarifa kuwa watu wa Ngaya wamevamia eneo la Nindo. Wamepigana na jeshi la Iseme huko Salawe na mapambano ni makali sana. Inasemekana watu wa Ngaya wamefuata watu wanaotumia uchawi ili kuhakikisha wanapambana na Bundala na kumshinda ili wachukue Salawe.

Watu hawa wasipoangaliwa wanaweza kuendelea mpaka Bulima, Msala, Buhungukila na Busiya. Kwa hiyo inatakiwa kuwazuia haraka iwezekanavyo.

Wazee walichanganyikiwa kwa habari hizo. Lakini Madodi alisimama na kusema "Enyi wazee wa Busambilo iweni makini na kufanya maamuzi sahihi Kwa maana nyie ndio muhimili wa nchi hii kwa kutoa busara. Basi mkishindwa kutoa maamuzi sahihi watu wa Ngaya wanaweza kututawala na kuchukua nchi yetu yote".

Inabidi kutoa maamuzi sahihi. Uzuri ni kwamba tunajua uchawi wao ukoje, na kwa uhakika hawatuwezi kwa uchawi. Kwa sababu hii vita imebadilika imekuwa ya kichawi. Sasa basi Bundala, kijana wetu anatakiwa kurudi. Anatakiwa asiwepo kwenye uwanja wa mapambano. Lengo la watu hawa ni kumuua shujaa wetu. Shujaa huyu ni wa thamani kubwa sana.

Mtu atumwe haraka kumwita Bundala aje hapa haraka. Mwingine aende huko Buhungukila afike pale Busongo akalete Mchawi mkuu ili aweze kutusaidia katika hili.

Busongo ni makao makuu ya wachawi katika nchi ya Busambilo. Hicho ni chuo kikuu kila mtu mkubwa katika nchi ya Busambilo lazima apitie kwenye chuo hicho. Chuo hicho kinafundisha mambo mengi sana ikiwamo uchawi, uganga, vita vya kichawi, kuleta mvua, kuzuia mvua na mengine mengi.

Mkuu wa chuo alikuwa akiitwa Lubala. Huyu alikuwa na uwezo wa kujibadilisha. Wakati mwingine alikuwa na uwezo wa kuwa ndege, nyoka, nzi au wakati mwingine upepo. Lubala alikuwa na uwezo wa hali ya juu na Busambilo nzima walikuwa wanamfahamu.

Kijana alitumwa kwenda Busongo alibeba vitambulisho vya kumtambulisha kuwa ametumwa na wazee. Alibeba upanga wenye mpini mwekundu na kuku mweupe.

Alipofika Busongo alienda mpaka pale chuo kikuu, alikuta wanafunzi wakifanya mazoezi mbalimbali. Wengine walikuwa wanajigeuza kama paka. Wengine wanauwezo wa kuwasha moto kwa kutumia macho; wengine kupaa angani; kupotea. Kweli pale kulikuwa na elimu ya kila namna.

Aliwauliza wanafunzi hivi ninaweza kuonana na walimu wa hapa? Wanafunzi wakajibu "ndio". Lakini lazima utuambie sababu yako ya kuja hapa. Kijana alitoa upanga. Baada ya kutoa hiyo panga wanafunzi wote walipoiona walipiga magoti na kusema Muheshimiwa karibu sana.

Kijana alichukuliwa na kupelekwa kwa mwalimu wa zamu. Alipokutana na mwalimu akamwambia yeye ametumwa kuonana na mwalimu mkuu.

Mwalimu wa zamu alimpeleka kwa mwalimu mkuu. Kisha alitoa bahasha iliyokuwa imeandikwa. Lubala akamwambia nitaaminije kweli wewe umetumwa na wazee au umekuja kwa mambo yako mwenyewe tu? Kijana akamwonesha kuku mweupe na huo upanga.

Lubala alikubali kisha akamwambia jambo hilo lina hitaji maandalizi ya siku mbili. Ninatakiwa kutuma mjumbe aende kwa Gindu huko Seke maeneo ya Buchambi akamlete hapa ndiye tunaye weza kufanya nae kazi kwa maana yeye ana uzoefu. Mimi sijawahi kupigana vita vya kichawi japo ninafundisha.

Kijana alirudisha taarifa hizo na kuwaeleza jinsi Lubala alivyotoa taarifa.

Lubala alituma kijana kwa usafiri wa haraka wa kichawi mpaka kwa Gindu.

Gindu ni mwanamke mkuu wa wachawi wote Busambilo na mkuu wa vyuo vyote vya Busambilo na ana uzoefu mkubwa sana wa vita vya kichawi. Akinyoosha mkono sehemu yoyote akiwa na hasira vitu vyote vinakauka.

Masanja alianza safari kuelekea Ikoulou huku akiwa na vijana wake. Mida ya jioni alifika huko Ikoulou. Mida ya mchana alifika Kalung'wa na alikuwa amekaribia sana kufika Ikoulou. Aliendela na safari. Jioni alifika na akakuta watu wengi sana wanamsubiri. Wazee walimpokea na kumpa pole kwa safari. Vilevile walimpa pole kwa kuondokewa na ndugu yake wa karibu.

Alienda kuonana na Nyandalo. Alichuchumaa mlangoni na kuita kwa sauti ya upole "*Mayuu nashika lulu lekaga ukulila*" (Mama nimefika sasa acha kulia).

Bagole walimkaribisha mpaka ndani alipokuwa Nyandalo. Alimsalimia na kumwambia pole nimefika ndugu yangu kumzika usilie.

Basi wazee walimchukua na kwenda kuonesha mwili wa mfalme. Alipoona mwili wa mfalme alilia kwa sauti kuu "*Ndugu wane Bugomola waja gete*" (Ndugu yangu Bugomola umeenda kabisa).

Basi alichukua maji aliyokuja nayo kutoka kwenye mkondo wa ziwa na kumwagia.

Baada ya hayo yote waliandaa mazishi na kuweza kumzika kwa sifa zote kama mfalme.

Masanja aliuchukua mkuki wa kifalme na kukaa kwenye kiti kikubwa cha duara kwa ajili ya kumwapisha mfalme mpya.

Kama kawaida ya Busambilo ilivyo hapa kuweza kumwapisha mfalme mpya. Kiti chake cha kifalme kile pale. Alionesha kile kiti. Katika taratibu zetu za hapa Busambilo mtoto mkubwa wa kiume ndiye atakayerithi utawala. Nina uhakika mfalme amewaeleza watoto wake maana hata sisi tulielezwa kabla na ndugu yangu kuwa mfalme.

Basi ninamuomba Kapela aketi kwenye kiti kile cha kifalme na kuanzia sasa yeye ndiye atakuwa mfalme wetu.

Kapela alienda kukaa kwenye kiti watu wote waliinama na kusujudia. Masanja alimkabidhi mkuki wa kifalme na kumpa aweze kuyashika mawe mawili meupe kwa ajili ya afya ya utawala wake, mvua inyeshe na watu wapate mazao.

Baada ya kila kitu kukamilika Masanja alimwita Soji. Soji alikuja na kuketi.

Masanja alianza kwa kusema, nimekuita hapa kwa mazungumzo muhimu sana. Na kabla ya kuanza mazungumzo yoyote ninamuomba mjukuu wangu Nyamhindi aje hapa ili tuzungumze naye.

Soji akasema sawa lakini kabla ya baba kufariki alituita na kutueleza mambo mengi sana ya muhimu. Na baadaye akaniambia nimwite Nyamhindi aongee nae. Baba alimkabidhi vitu aje navyo nyumbani kwako, kwa hiyo nadhani mmepishana naye, yeye atakuwa yupo nyumbani kwako.

Mzee alikaa kimya kidogo, kisha akatabasamu na kusema hakika nyota ya Magharibi ndio mwanzo wake hapa.

Soji hakumwelewa baba yake mdogo alikuwa anaongelea nini. Alimuuliza, kwani baba unamaanisha nini unavyoongea hivyo?

Mzee hakusema kitu ila alimuuliza unajua ni nini alitumwa kuja navyo kwangu? Soji akasema ninadhani utaviona ukifika nyumbani. Vilevile baba alisema atakaa huko muda wote mpaka atakapokuwa mzima ili uweze kumfundisha.

Mzee alitabasamu kidogo na kusema hakika. Kisha akasema asante kaka kwa kuwa mimi ndiye mtunza utabiri huu. Nitajitahidi kuhakikisha kila kitu kinaenda sawa. Kwa uaminifu wako kwangu nitahakikisha sitakuangusha.

Masanja alimgeukia Soji na kumwambia uzao wako umebarikiwa kwa ajili ya kuilinda nchi hii. Kwa hiyo mwanao atakuwa mbeba nyota ya Magharibi. Usije ukatoa siri hii kwa mtu yeyote hata mme wako usimwambie chochote, wewe kaa kimya.

Wazee walikuwa wakimsubiri Masanja ili waendelee na utaratibu mwingine kuhusu fimbo na kitabu. Maana utaratibu ni kwamba mfalme mpya lazima apewe kitabu hicho na fimbo ile. Na mfalme anatakiwa akisome na kukijua kitabu hicho kinaongelea nini.

Masanja alienda kuonana na Nyandalo ili kuomba vifaa hivyo ili aweze kumkabidhi Kapela. Walienda kuangalia sehemu ya kuhifadhia vitu vya mfalme hawakuona fimbo wala kitabu. Lakini vitu vingine vyote vilikuwepo. Maelezo kuhusu nani atakuwa mfalme yalikuwepo. Walijaribu kutafuta kila kona hawakuona.

Gindu aliondoka kutoka Buchambi kuelekea Busongo. Alifika Busongo mida ya saa sita za usiku kila mmoja akiwa amelala. Alienda moja kwa moja kuonana na Lubala.

Alipofika alimuuliza Lubala, kwa nini unaniita haraka haraka? Au siku hizi unanidharau? Lubala aliinama chini na kuanza kusujudia na kusema hapana, hili ni agizo kutoka Ikoulou. Mimi siwezi kukudharau hata siku moja.

Gindu alimpiga ngumi ya kichawi akaenda kuangukia mbali. Alimfuata huko huko na kusema “kijana siku hizi umekuwa na dharau”. Akasema hapana mama yangu siwezi kuku dharau wewe.

Unanidanganya, umepata habari kutoka kwa mfalme wakati mfalme amefariki!!?

Lubala alishangaa sana na kusema sina taarifa kuhusu mfalme kufariki lakini nitakuonesha vitambulisho vya mtu aliyetumwa.

Nioneshe harakaaaaaa!!!!!

Alienda kuchukua upanga alipouona upanga ule alicheka (hahahahahaha!!!). Huu upanga ni kwa ajili ya kipindi kilichopita ndio tulitumia, unataka kunidanganyaaa!!. Je, unakumbuka tulikubaliana nini na wazee?

Lubala alisema ndio nakumbuka lakini sio hicho tu bali kuna kitu kingine.

Gindu akasema unaleta mchezo kwenye kazi eti eeee!, weweeeee!!. Alimuangalia kwa jicho kali sana huku akiwa amekunja uso.

Lubala akasema hapana mama kuna kuku mweupe.

Gindu akasema yupo wapiiiiii!?

Huyu hapa Lubala alisema.

Baada ya Gindu kuona huyo kuku hasira zake zilishuka na kumfuata Lubala na kumwambia sasa niambie umeniitia nini haraka haraka?

Akaanza, watu wa Ngaya wametuvamia na wamechuku eneo lote la Nindo. Wemeshindwa kuingia Salawe kwa sababu pale Iseme Bundala aliwazuia. Wameenda kujipanga upya na watatuma wachawi sio muda mrefu.

Na tusipofanya chochote wataenda mpaka eneo la mazindiko huko Kano na kutupunguza nguvu yetu.

Gindu akamuuliza, kwa hiyo wewe umeshindwa kuwazuia?

Lubala alisema, mimi sina uzoefu wa vita na sijawahi kupambana.

Gindu akasema basi wewe nenda huko na mimi nitakuwa Kano ili kuwazuia wasije kuchukua mazindiko yetu.

Wakati huo mjumbe aliyetumwa kwenda kumchukua Bundala alikuta mapambano yamepamba moto. Wachawi Kutoka Ngaya wameshafika na wametoa amri Bundala akamatwe akiwa mzima ili aweze kuwarahisishia kazi yao.

Wachawi wanaotumia upepo walikuwa wameingia Iseme na kuvuruga nyumba zote huku wakiua watu wote walioonekа.

Aliyetumwa alipofika Buduhe kabla ya kufika Iseme aliona vumbi kubwa na watu wakirushwa angani kwa nguvu za kichawi. Vumbi lilikuwa jekundu limetapakaa damu za watu na wanyama waliouawa.

Tayari Ngaya walikuwa wamefika kwenye Bonde la Bbuga ya Mhuyugu kuelekea Buduhe kijiji kimoja tu wafike Kano.

Hapo Buduhe kulikuwa na mzee mmoja aliyeitwa Madeleke alimuona kijana anaelekea Iseme kupeleka ujumbe. Mzee alimwita huyo kijana na kumsihi asiende huko maana ni hatari sana. Kijana alisema nimetumwa na wazee kwenda kumwambia Bundala arudi na siwezi kuacha kwenda.

Mzee akamwambia hata ukifika huko hutaweza kumkuta Bundala anaweza kuwa kauawa au kakamatwa.

Kijana alikataa kurudi na akaanza kukimbia kuelekea Iseme. Mzee Madeleke alikuwa na nguvu kidogo za kuweza kuzuia uchawi wa upepo lakini wachawi sharti wawe karibu, na Buduhe na Iseme ni umbali wa kilometa kama nane hivi kwa hiyo nguvu zake zisingeweza kuzuia.

Madeleke alipiga kelele; kijana acha usiendeeeeee!!. Lakini kijana aliendelea kwenda tu. Madeleke alimwambia nisubiri basi twende wote.

Walipofika kwenye bonde la Mhuyugu, wachawi walikuwa wamekaribia bonde hilo. Basi mzee alitumia nguvu zake. "*Aliita Igulu ikaga*" yaani mbingu shuka. Ilishuka mvua ya moto na kuanza kuwachoma wote waliokuwa wanatumia uchawi wa upepo. Ghafla upepo ukakatika. Wachawi wa Ngaya walikimbia na kuweka kambi yao Iseme. Ili kutafuta mbinu nyingine. Wakati huo walikuwa wamemkamata Bundala na kumfunga Kamba za Nyoka huku wakimpatia mapigo makali.

Walimuuliza nyie Busambilo mna siri gani? Tupatie siri yenu ya kuwa na nchi tajiri na yenye rutuba. Ukitupatia hiyo siri tunakuachia huru.

Walikuwa wakimchapa mijeredi chwaaaaa!!!! Inamchana ngozi yake, wanamuunguza vidole vya mikono na maji ya moto huku wakicheka na kusema nyie mnajifanya wajanja sana mwaka huu lazima muwe watumwa wetu.

Nyie mkilima tu mnapata mazao lakini sisi hatupati lazima mtupatie siri au sehemu ya Nindo na Salawe.

Mzee Madeleke alimwambia kijana subiri kwanza maana walivyorudi hivi wanakuja na mbinu mpya.

Wachawi waliopigwa na ile mvua ya moto walirudisha taarifa na kusema kuna mtu mmoja ametuzuia alikuwa anatumia nguvu ya moto.

Mchawi mkuu wa Ngaya alisema "nani huyu anayeweza kuzuia nguvu yangu!!!" Kwa hasira alilitazama jiwe kubwa lilokuwa upande wake wa kushoto. Jiwe hilo lilipasuka vipande vipande.

Akasema nyie wachawi nafasi ya tano mmeshindwa basi ninataka wale nafasi ya nne jiandae haraka tunaenda mpaka Kano kwenye mazindiko yao na kuyaharibu watakuwa hawana kitu. Maana huyu Gindu alishakufa muda mrefu hakuna wa kuwasaidia watu hawa.

Wachawi nafasi ya nne walikuwa watatu walitumwa. Kila mmoja alikuwa na uwezo wake. Mmoja alikuwa na uwezo wa kupasua ardhi na kuamuru vitu vyote vifunikwe. Mwingine alikuwa na uwezo wa kuzima jua na kuwasha moto kila sehemu.

Mwingine alikuwa na uwezo wa kujibadili na kuwa nyoka mwenye vichwa kumi na moja.

Wote kwa pamoja walikuwa na uwezo wa kupotea wasionekane kwa macho huku wakifanya matukio makubwa makubwa.

Mzee Madeleke alimwambia kijana huu wakati ni wa kukimbia kuna wachawi wakubwa wanaweza kuja maana tumewachokoza na mimi sina uwezo wa kuwazuia.

Kijana alikataa na kusema wewe nenda tu mimi siwezi kurudi mpaka nifikishe ujumbe.

Mzee Madeleke akasema kijana ni hatari sana. Kijana akasema acha mimi nife Bundala awe hai maana huyu ni mpambanaji wetu. Na tayari kuna kijana ametumwa kwenda Busongo Lubala anaweza kuja kutuokoa sisi hapa.

Mzee alipata nguvu na kumwambia kijana subiri twende wote, nikachukue ulinzi wangu liliokabidhiwa na mkubwa wetu. Mzee alienda kuchukua nguo nyeusi na kofia nyekundu na kumwambia kijana sasa niko tayari twende tukutane na hawa wachawi.

Asubuhi Nyamhindi aliamka na kumfuata Nshoma. Nyamhindi alimsalimia akipiga magoti mpaka chini. Baada ya salamu Nyamhindi alimuuliza bibi yake mdogo kuna kazi yoyote ya kufanya nikusaidie? Nshoma akasema hakuna pumzika tu. Akamuuliza tena, babu yupo wapi mbona tangu jana sijamuona?

Nshoma alimjibu na kusema babu yako amesafiri kidogo atarudi tu na atakukuta, sawa bibi!!?. Nyamhindi akasema sawa.

Askari waliokuwa wamemsindikiza Nyamhindi wakaaga ili waweze kurudi. Nshoma aliwaandalia chakula cha asubuhi ili wale kwanza kabla ya kuanza safari. Walipomaliza kula waliaga na kuanza safari ya kurudi Ikoulou.

Baadae Nshoma aliwaita Ntemanya na Mgoyela ili wakutane na ndugu yao Nyamhindi. Walikuja na aliwatambulisha. Nyamhindi alifurahi sana kukutana na ndugu zake.

Nshoma aliwaacha pekee yao na wakaanza mazungumzo. Nyamhindi alimuuliza Ntemanya, eti wewe unapenda nini sana? Ntemanya akasema mimi ninapenda kuwinda na kulima. Na wewe Mgoyela? Mgoyela akasema, mimi ninapenda kula na kupika.

Nyamhindi alicheka sana. Yaani unapenda kupika kwani wewe ni mwanamke? Mgoyela alikasirika, akaondoka na kwenda kwa mama yake.

Nyamhindi akasema vipi huyu mbona anaondoka tu wakati tunataniana?

Ntemanya akasema huyu ndivyo alivyo hapendi kukosolewa na mama yake alivyo mkali atakuja sasa hivi kunigombeza na kunipiga.

Nyamhindi akauliza kwani mama yake sio mama yako?

Ntemanya akasema ndio! Mama yangu alishafariki zamani sana. Na sijawahi kumuona.

Nyamhindi akasema pole usilie, mimi si mwanamke ninaweze kuwa mama yako. Je utakataa?

Utawezaje kuwa mama yangu wakati wewe ni mdogo hivyo.

Kwani mama yako lazima awe mkubwa? Nyamhindi aliuliza.

Ndio mama anatakiwa awe ni mkubwa na awezea kumtunza mwanaye.

Nyamhindi akasema siku tukienda kwa mama yangu nitamwambia wewe ni mwanangu, sawa? Nitakutunza! Sawa! Usilie eee!! Naomba basi usilie wanaume huwa hawalii! Sawaa!!.

Nyamhindi ni mzuri wa sura, sauti yake nyororo ya kuvutia alifanana kabisa na mama yake. Alikuwa anapenda sana usafi wa mwili na mazingira yake. Meno yake meupe pee mithili ya mafungu ya pamba iliyo chambuliwa kiustadi.

Japo alikuwa ni mdogo, uzuri wake hakika hauwezi kufichika. Mwendo wake wa mikogo ulipendezesha sura yake na urefu wake aliokuwa nao.

Mashavu yake nyororo na alikuwa anapenda sana kuzitunza nywele zake za kuvutia utadhani manyoya ya mbuzi weusi wakitoka mtoni kuoshwa.

Kadiri alivyozidi kuongea na Ntemanya, Ntemanya alijikuta anatabasamu na kusema sawa nimekubali uwe mama yangu. Ntemanya aliuliza je mama akificha chakula unaweza kunipikia.

Nyamhindi akasema mimi najua kupika sana nitakuwa nakupikia chakula kizuri sana alichonifundisha mama. Mama alikuwa anampikia baba na baba alikuwa akifurahi sana akila chakula cha mama. Mimi nitakupikia usiwe na wasiwasi.

Mama yake Mgoyela alikuja kwa hasira sana. Alipofika akamkuta Nyamhidi akiongea na Ntemanya. Baada ya kumuona Nyamhindi alirudi kwa hasira maana aliogopa kuongea chochote mbele ya Nyamhidi.

Aliporudi akamwambia Mgoyela nenda kamwite Ntemanya nahitaji aje hapa haraka.

Mgoyela alipofika kwa kujificha ficha akamwambia Ntemanya unaitwa na mama. Nyamhindi akasema bado tunaongea atakuja tukimaliza.

Mgoyela alirudisha taarifa kuwa Nyamhindi amesema mpaka wamalize kuongea ndio atakuja.

Mama alikasirika na kuanza kupigiza pigiza mguu wa kulia chini. Hivi haka katoto kananitakia nini haka mbona kamekuja jana tu kanataka kunipanda kichwani. Hebu ngoja azoee atanijua mimi nani.Kwanza nina hakikisha anarudishwa kwako.

Wale wachawi watatu walitoka Iseme na kuanza kuelekea Buduhe. Huku Mzee Madeleke akitoka Buduhe kumsindikiza kijana kwa ajili ya kupambana ili waweze kumuokoa Bundala.

Mzee Madeleke alituma dawa mbele ya kunasa wachawi wa kujificha ili waonekane. Alipuliza dawa angani na kusema "*Shita chang'wa jaga ubabone*" Yaani asiye zuiliwa neda uwaone.

Wale wachawi baada ya kwenda mbele kidogo waliona kuna mtego wamewekewa ili waonekane. Walipogundua hivyo wakaacha kujificha wakasema sasa tunaenda hivi hivi na tukutane naye huyu aliye wazuia vijana.

Mchawi wa kuzima jua alilizima ghafla kukawa giza nene sana.

Yule kijana aliyekuwa na Madeleke alianza kutetemeka na kusema sasa tufanye nini. Mzee Madeleke akasema kwa kuwa tumeamua kupambana basi tupambane.

Lubala alikuwa njiani na amefika Ikonongo karibu kabisa na Buduhe. Aliona Ishara hiyo ya jua kuzimwa. Lubala akasema aaah!! hawa ni namba nne sasa ngoja kwanza niwachanganye.

Lubala aliangalia kwenye darubini yake na kuona yule aliyezima jua. Na anakuja na wenzake kwa madaha sana.

Alituma ndege mweupe na kuwanyea wachawi wote watatu na ghafla jua likawaka.

Alipogiga darubini yake akamuona Madeleke anaelekea kwa wachawi hao akiwa na kijana amevalia nembo za Ikoulou. Alituma Ukungu mkubwa sana mbele yao, wakawa hawajui waende wapi. Mara upepo mkali ulikuja, ukawabeba na wakajikuta wamefungwa kwenye mti Maeneo ya Ikonongo.

Lubala alimfuata Madeleke akamwambia juhudi uliyoionesha inatosha rudi nyumbani na kijana huyu kwa sababu wachawi wanaokuja hamuwawezi. Nendeni mpaka Kano mtakutana na Gindu.

Wachawi wale watatu baada ya kuona jua limewaka ghafla na ndege mweupe amewanyea, walianza kutuma makombola ya kichawi mbele yao.

Lubala alipaa juu kabisa na kuwaambia wale wachawi, "Enyi wachawi wajinga nani aliyewadanganya kuwa mnaweza mkaishika Busambilo kirahisi hivi? Mtakufa na mizoga yenu ikaliwa na ndege. Ninyi bado wadogo sana nawahurumia rudini mkalete wakubwa wenu maana uchawi wenu ni mdogo sana ni wa watu wa mwanzo kabisa. Pili waambieni jamaa zenu wamrudishe haraka Bundala la sivyo tutawafata huko huko Ngaya".

Mlidanganywa kuwa Gindu amefariki mkakubali na kuja kichwa kichwa amenituma niwaambie achaneni na nchi isiyo ya kwenu. Kama mnahitaji chakula sisi tupo tayari kuwauzia tupatieni mifugo na sisi tutawapatia chakula.

Eneo lote hili ni la Busambilo ni utawala mkubwa sana. Hamuwezi kuushinda, rudini nyumbani kwa watoto na ndugu zenu.

Hao wachawi walikasirika sana na kuanza kutumia nguvu zao ili kudhuru Lubala.

Lubala aliita mvua kubwa ya baridi kali na kuanza kunyesha pale walipo tu. Wote walianza kutetemeka kwa baridi na wasiweze kufanya chochote. Mkuu wa wachawi wa Ngaya alisikia sauti ya Lubala.

Alisema huyu si Lubala huyu? Basi vijana wangu wanatakiwa warudi haraka tukajipange upya.

Na amesema Gindu hajafa na anaonekana ana uhakika kabisa. Inabidi turudi maana hawa jamaa kwa uchawi hatuwawezi. Angekuwa Lubala peke yake tungebaki maana huyu hana mbinu za vita.

Je, wale walioondoka kwenda kule tufanyeje? Mmoja aliuliza. Mkuu wa wachawi akasema, itabidi watafute njia ya kujiokoa wenyewe sisi hapa tukimbieni.

Vipi kuhusu huyu Bundala. Achaneni naye maana tukimchukua hawa jamaa watakuja mpaka kwetu na kutuharibia kila kitu.

Wachawi wa Ngaya walikimbia wote kurudi kwao.

Masanja alikusanya wazee wote na kuwaambia. Tumejaribu kuangalia kila sehemu hatujaona kile kitabu wala ile fimbo.

Kwenye kikao cha wazee kila mmoja alianza kunung'unika.

Wengine, wanasema sasa huu utawala utakuwaje bila kitabu

Wengine, sasa hiyo fimbo itakuwa imeenda wapi.

Wengine, labda ule utabiri unaanza kutimia

Kila mmoja aliongea alivyoona inafaa.

Masanja aliwaambia ndugu zangu hata kama kitabu na fimbo havipo vitabu vingine vya kumbukumbu na majira vipo. Tunaweza kuvitumia hivyo wakati huo huo tunatafuta ni wapi vitu hivyo vipo. Labda mfalme alikuwa na siri yake na amefanya hivyo kwa sababu yeye anajua ni yapi yatakayotokea.

Kuanzia sasa hatutakiwi kumlaumu mtu yeyote. Tusimame imara mfalme wetu alikuwa anajua kila kitu. Kwa hiyo haitakuwa busara kwetu sisi kuanza kuuliza uliza vitu ambavyo vipo nje ya uwezo wetu.

Basi suala la fimbo na kitabu hakuna mtu anayetakiwa kuliongelea kuanzia sasa. Nawaomba mwiteni mfalme wetu huyu mpya tuweze kumueleza haya.

Mfalme aliitwa na Masanja alimwambia kuanzia sasa suala la kuhusu fimbo na kitabu haitakiwi kulizungumzia mpaka tutakapopata ufumbuzi wake. Na hawa wazee wana busara sana watakusaidia katika shughuli zako zote. Kwa hiyo wasikilize kila siku. Maadamu mimi nikiwa hai usisite kuniuliza chochote.

Kapela alikubaliana na baba yake mdogo.

Kisha baada ya siku za msiba kuisha kila mmoja alirudi alikotoka. Masanja alirudi Nyang'ombe ili kuendelea na shughuli zake za kila siku.

Watu wa Ngaya walipata huzuni sana baada ya jitihada zao kuzimwa kiurahisi. Walirudisha majeshi yao mpaka nchini kwao na kwenda kujipanga upya.

Mkuu wa nchi ya Ngaya aliamua kwenda kutafuta ushauri Kalungu Kusini zaidi ya nchi yake.

Watu wa Kalungu walikuwa ni wataalamu wa kusoma tawala mbalimbali na kujua majira ya tawala hizo.

Mfalme wa Nagaya na watu wake walifika huko Kalungu na kukutana na wataalamu wenye uwezo wa kusoma majira ya tawala mbalimbali.

Mfalme alipofika tu, mkuu wa kituo cha usomaji wa majira na tawala alitambua.

Alimwita pembeni na kuanza kumwambia hakika nilikuwa nasubiria ujio wako kwa muda mrefu sana. Ninajua kabisa huwezi kushindana na Busambilo maana wana nguvu kubwa mno. Huwezi kwenda kuwavamia kichwa kichwa tu na kuwashinda.

Wewe unataka uchukue sehemu ya Busambilo sawa kabisa, lakini mimi nataka kukuambia wewe huwezi kuchukua sehemu yeyote mpaka uwe na mipango ya muda mrefu.

Inatakiwa uhakikishe unaipata fimbo ya mfalme na kile kitabu chao cha kusomea majira na kujua dunia ilivyo.

Baada ya kuwa na hiyo fimbo hakuna yeyote atakayeweza kukuzuia katika nchi zote chini ya jua.

Kitu cha pili hakikisha unapeleka watu wako wakafundishwe kwenye chuo chao kikuu na kujua mbinu mbalimbali za kujihami na kujenga nchi. Kwenye chuo hicho sio wachawi tu wanaofundishwa ila kuna wataalamu wa kilimo, ufugaji, kutengeneza majembe na wataalamu wa vita.

Kwa hiyo kazi unayotakiwa kuifanya sio ndogo ni kubwa sana, Unatakiwa uwe na watu wako ndani ya nchi hiyo wa kukuletea habari. Ila ukumbuke kuwa watu wako itakuwa ni rahisi sana kujulikana kule kulingana na wanavyoongea.

Itabidi uchukue kundi la watu wajifanye wamefukuzwa. Kwa kuwa watu wa Busambilo ni wakarimu watawakaribisha. Itabidi mfanye namna yoyote ile wawe na mazoea na watoto wa mfalme. Halafu nasikia mfalme amefariki na amempa utawala mtoto wake.

Kwa hiyo watu wa huko wanapenda sana wanawake weupe. Hivyo tafuta familia yenye watoto wazuri wapelekwe huko ili waweze kuishi huko na kuchunguza siri zote za huko hatimaye utawala wa huko mtaanza kuuangusha taratibu.

Lakini mkianza kutumia vita hatimaye Busambilo watakuja kwenye nchi yenu na kuwafukuza na kuliangamiza jeshi lenu.

Kitu kikubwa ni kwamba hakikisheni mnaipata hiyo fimbo na kile kitabu maalumu.

Kitu kingine kuhusu Kummaliza Gindu, Gindu ana siri moja rahisi sana lakini unatakiwa umzoee. Huyo mtu anapenda sana kula nyama ya kondoo. Kwa hiyo ili uwe rafiki yake hakikisha unampelekea kondoo kila wakati. Na ukifikisha mara tano, utakuwa karibu naye na unaweza ukamfanya chochote sasa.

Gindu anaunywele mmoja kichwani wenye rangi yeusi sana. Ule unywele ndio unaompa nguvu. Ni vigumu kidogo kuuona maana amesuka rasta na mara nyingi huwa amefunga kilemba nywele zake.

Ukiweza kuuona huo unywele na kuukata basi utakuwa umemaliza nguvu zake kwa wakati huo mpaka utakapoota. Kadiri unavyokuwa ndio nguvu zake zinavyoongezeka. Hakikisha ukimkata huo unywele unamuua hapo hapo maana unywele ukiota anajua kabisa aliyeukata ni nani atafuatilia mpaka atajua huyo mtu ametoka wapi na ametumwa na nani.

Lakini nasikia kuna mtaalamu mpya yupo kule ambaye kwa sasa ni mkuu wa chuo cha huko. Mfalme akajibu ndio jina lake anaitwa Lubala.

Hawa wakuu wa chuo mara nyigi hawajui kupigana huwa wana huruma sana tofauti na mtu kama Gindu, huyu hana huruma hata kidogo.

Hivi ulishawahi kumuona Gindu? Mtaalamu aliuliza. Mfalme akasema hapana. Huwa ninasikia tu habari zake.

Gindu ni mzuri sana wa sura. Ni mrembo haswa na ameolewa. Yupo na mtoto mmoja wa kike na huyo mtoto ni mzuri haswa. Umri wa Gindu ni mkubwa sana lakini bado anaonekana kama binti tu. Wanawake wengi wa Busambilo ni warefu na wanajidai sana kwa kuwa kwao kuna chakula tele.

Mimi nitaungana na wewe. Tutahakikisha tunauangusha utawala wao. Ila tutakapouangusha huo utawala. Watu wangu hawa waweze kuishi katika nchi hiyo ya neema na tuweze kutawala sote kwa pamoja.

Kwa hiyo rudi nyumbani ukaanze kuwapa mazoezi watu wako huko na kuwaeleza nia ya nchi yako ni nini. Uwape mbinu za kuweza kuwateka watu wa Busambilo kiakili. Nitakupatia kitabu cha mafunzo. Itakuchukua mwaka mmoja kufundisha watu kumi na watano kwa ajili ya kazi hiyo. Sawa?

Mfalme wa Ngaya aliitika sawa. Na kisha wakaanza safari ya kurudi.

Masanja alipofika nyumbani kwake, mke wake alimlaki kama kawaida yake huku akiimba wimbo. Watu wote kwenye hiyo familia walitoka na kumlaki mzee Masanja.

Alipofika tu akaulizia Nyamhidi yupo wapi? Nshoma akasema yupo anaongea na ndugu zake. Mzee Masanja akasema, "baada ya kumaliza mazungumzo na ndugu zake ninamhitaji aje".

Nshoma aliandaa chakula kama kawaida yake. Kisha akamwita Masanja kupata chakula. Baada ya chakula Nshoma alimuuliza kuhusu safari yake, kuhusu msiba na mambo mengine yaliyotokea kule.

Masanja alimsimlia mke wake mambo yote. Kisha kamwambia Nshoma "naomba umwite Nyamhindi aje anisalimie maana tangu nije sijamuona".

Nshoma alienda kumwita Nyamhindi. Nyamhindi alienda kuvaa gauni alilo nunuliwa na babu yake wakati alipoenda kuwatembelea. Nyamhindi alipendeza sana. Kisha bibi yake akamwambia umependeza sana.

Nyamhindi alienda kumuona babu yake. Alipomuona babu alitabasamu na kusema malkia umependeza sana.

Nyamhindi alimsalimu babu yake na kupiga magoti mpaka chini. Kisha babu akamwambia basi keti mjukuu wangu unanipa faraja sana nikikuona.

Je, umesikia taarifa kuhusu babu yako.

Nyamhindi akasema sina uhakika lakini moyoni mwangu najisikia kama babu yangu amefariki hebu babu niambie kama kweli niweze kuamini moyo wangu.

Masanja alikohoa kidogo kisha akaendelea. Unajua wewe binti ni mtoto wa pekee sana. Mara yangu ya kwanza kukuona hakika nilifurahi sana. Wewe una akili kama mama yako.

Mjukuu wangu moyo wako hauwezi ukakudanganya. Kila ulichokipata moyoni ndio mimi nimetoka kumzika babu yako. Na mjomba wako mkubwa Kapela amechukua nafasi ya babu yako. Kwa hiyo mfalme wetu sasa ni Kapela.

Nyamhindi akamuuliza kwa nini babu alinipatia hiyo fimbo na kitabu wakati mimi ni mtoto mdogo?

Mjukuu wangu babu yako na mimi tunakuamini sana kwamba ndio wewe tu katika uzao wako utakayeweza kukomboa nchi yetu. Nikianza kukufundisha utaelewa mengi yameandikwa katika hicho kitabu. Ila inatakiwa asijue mtu yeyote kuwa una hivyo vitu maana huwezi kujua nani mwaminifu. Niamini mimi tu na mama yako. Hata bibi yako usimwambie kitu.

Nyamhindi akauliza hata Ntemanya?

Babu akasema ndio usimwambie chochote maana akibanwa kidogo tu na mama yake anaweza kusema siri zote.

Nyamhindi akasema basi mimi babu sitamwambia mtu yeyote, nitatunza siri hii. Lakini babu naomba Ntemanya awe mwanangu maama anateseka sana.

Najua unamhurumia sana. Ni wajibu wako kumlinda Ntemanya. Kwa hiyo mlinde asije akadhurika na chochote. Sawa?

Nyamhindi akasema sawa.

Basi nenda kalale kesho tunaanza kujifunza. Sawa?

Sawa.

Ilipofika kesho yake, Masanja alianza kumfundisha Nyamhindi jinsi ya kukisoma kitabu alichopewa na babu yake.

Kwanza alianza kumfundisha alama zilizo juu ya kitabu hicho.

Kitabu kilikuwa na rangi nne bluu, zambarau, nyeusi na nyeupe.

Kila rangi ilikuwa na maana na inamatumizi yake.

Kwa hiyo tunaanza hatua hii ya kwanza kujua rangi na maana zake.

Tukianza na rangi ya bluu; hii inahusika na hekima, elimu, maarifa na ujuzi.

Rangi ya zambarau; inahusika na utawala, Nguvu na mamlaka.

Rangi nyeusi; inahusika na utisho, mauaji, vita na hukumu.

Rangi nyeupe; inahusika na amani, furaha, sherehe upendo na rehema.

Pia hapa juu ya kitabu hiki kuna umbo lenye pembe nane na ndani ya hilo umbo kuna mishale nane inayoelekea katika kila pembe.

Hilo umbo lenye pembe nane linamaanisha pande nane za dunia. Na nane maana yake ni mwanzo mpya. Na ukiangalia kwa makini hiyo mishale inatengeneza maumbo ya pembe tatu. Hayo maumbo yanamaanisha vitu vya duniani. Ukisoma ndani ya kitabu utakuta sehemu inayoelezea hizo pembe tatu, zinatakiwa kuunganishwa mbili mbili kiustadi sana na kuwa na maana ya vitu vya duniani ambavyo ni moto, maji, hewa na dunia.

Kwahiyo kitabu hiki kipo na kurasa therathini na tatu, na kila ukurasa una maana yake. Na una siri iliyo ndani yake. Hakuna hata mmoja aliyeweza kukisoma, kukimaliza na kuelewa maana yake. Mimi hapa nitakufundisha kuanzia ukurasa wa kwanza mpaka wa tisa. Ndani ya miezi sita utakuwa umejifunza mpaka ukurasa wa tisa. Baada ya hapo utaenda chuo huko Busongo utakaa kule miezi sita tena utajifunza ukurasa wa kumi hadi ishirini na moja utarudi hapa na nitakufundisha vitu vingine ukijiandaa kwenda Seke kuonana na Gindu atakayekufundisha ukurasa wa ishirini na mbili mpaka ishirini na nne muda wa miezi sita. Unanielewa lakini?

Nyamhindi akasema nakuelewa babu. Haya ninayoyasema ni muhimu sana uyaelewe. Baada ya kumaliza kufundishwa na Gindu utaenda Ntuzu kule kuna mzee mmoja utakutana nae utakaa mwaka mmoja ukifundishwa ukurasa wa ishirini na tano. Watu wengi mno walishindwa kuelewa huu ukura, maana una siri kubwa sana na wengi waliishia kufa. Kwa hiyo unatakiwa uwe makini sana. Ni mmoja tu aliweza, huyo mzee ndiye pekee yake. Kwa hiyo unatakiwa uwe makini.

Baada ya hapo itabidi uende Bunyankole nchi jirani na ya kwetu tunasaidiana nao mambo mengi sana. Kule utaenda kujifunza vitu tofauti tofauti kwa ajili ya maandalizi ya kujifunza ukurasa wa ishirini na sita mpaka therathini.

Kwa leo tunaishia hapa kesho nitaanza kukufundisha namna ya kuandika kabla hatujaanza kujifunza kitabu. Sawa?

Nyamhindi akasema sawa.

Baada ya miaka miwili, Kapela alikuwa akiliongoza taifa lake vizuri hakuna chokochoko yoyote iliyojitokeza.

Tayari Nyamhindi alikuwa Bunyankole akijifunza kufanya biashara na lugha mbalimbali.

Akiwa kule Bunyankole mkuu wa chuo aligundua msichana huyo alikuwa na uwezo mkubwa sana akiwa darasani. Kwa sababu mkuu wa chuo hicho alikuwa anajuana na Masanja ilibidi atume wajumbe waende kwa Masanja kumuomba kwamba Nyamhindi aende Misri akajifunze falsafa ya namba.

Masanja alituma ujumbe kwamba huyu msichana bado hajamaliza kusoma kitabu kwa hiyo ni muhimu akarudi kwaajiri ya kumaliza hatua hiyo ya kusoma kile kitabu, kwa kuwa zilikuwa zimebaki kurasa tatu tu ili amalize.

Mwalimu mkuu wa chuo cha Bunyankole alikubaliana na Masanja lakini alituma wajumbe kumuuliza kuwa ni nani sasa anayeweza kumfundisha ili ajue hizo kurasa? Maana watu wanaojua hizo kurasa walishapotea na hawajulikani waliko.

Kurasa hizo tatu ni ngumu sana maana zinahusika na kumuwezesha mtu kusafiri kwenda kwenye ulimwengu wa juu zaidi na kupata maarifa.

Ukurasa wa therathini na moja unahusika na mbinu za kumwezesha mtu kwenda ulimwengu wa pili mpaka wa tatu. Ukurasa wa therathini na mbili unafundisha namna ya mtu kwenda ulimwengu wa nne na watano. Ukurasa wa therathini na tatu wenyewe unahusu kwemda ulimwengu wa sita na saba.

Ukifika huko ulimwengu wa sita na saba na kurudi, hakuna nguvu yoyote duniani inaweza kukuzuia. Watu huko ni wastaarabu. Wapo juu sana kimaendeleo. Wanafuraha na uwezo wao upo juu sana.

Mwalimu mkuu wa Bunyankole akamwambia nadhani huko akienda anaweza akaelekezwa wapi anaweza kuwapata walimu wa kuweza kumfundisha.

Baadae Masanja alikubali na kumwacha Nyamhindi mikononi mwa mwalimu mkuu wa Bunyankole ili aandae taratibu za Nyamhindi kwenda Misri kujifunza falsafa ya namba.

Baada ya mwezi mmoja Nyamhindi alianza safari ya kwenda huko misri.

Mwalimu mkuu wa Bunyankole alimpa askari watatu watakao msindikiza kwenda huko Misri.

Walisafiri siku nne, Wakafika mji unaoitwa Malakal. Asilimia kubwa ya watu wa sehemu hii ni wezi sana. Wanatumia njia mbalimbali kumwibia mtu.

Kwa sababu ilikuwa ni jioni na hawajui hili wala lile. Na kwa kuwa Nyamhidi alikuwa amefundishwa lugha mbalimbali. Alikuwa anajua lugha kumi na mbili. Aliweza kuongea na watu wa kule.

Baada ya muda kidogo watu wawili walikuja na Nyamhindi akaongea kwa lugha yao "*Apwoyo binowu*" (habari zenu). Nao wakaitikia hivyo hivyo.

Akasema "*Itye nining?"(*Hamjambo?) Wakajibu "*Atye maber*" (Hatujambo).

Baadae akaendelea kuongea nao na kuwauliza kama wanaweza kupata sehemu ya kupumzika. Wale jamaa wakaona hapa sasa "mbuzi kafia kwa muuza supu".

Wakaitikia haraka sana kwamba wanaweza kuwasaidia. Wakaitana pembeni na kunong'onezana. Sasa hapa dili tulinapigaje?

Wakakubaliana kuwa waende kuwaita wenzao wamakamate Nyamhindi na kwenda kumuuza wapate pesa.

Wakahimizana, basi wewe nenda ukawastue washikaji waje wakati mimi ninawazubaisha hapa.

Poa!

Jamaa mmoja akaondoka kwenda kuwaambia wenzake kuwa kuna dili kali limeibuka, kwa hiyo waende kulifumua. Basi njemba nane ziliungana na jamaa huyo, zikabeba marungu, mapanga na fimbo.

Zile njemba zilikuja zinakimbia huku zikipiga kelele kamata na kuua wale wanaume, msichana tunaenda kumuuza. Njemba zilikuwa zinakuja mbio mbio.Kuona hivyo Nyamhindi akawaambi, jamani tukimbie maana hapa sio salama. Wakaanza kukimbia. Lakini njemba zilikuwa na mbio kama nini.

Nyamhindi akaona huu ni ujinga akasimama na kuwageukia. Nao wakasimama. Akasema hivi nyie mnataka kuumia?

Akachora mstari chini na kusema, atakaye weza kuvuka mstari huu basi mimi mnanichukua na kunipeleka kokote.

Njemba zikacheka, haka katoto kanatuchezea hebu tukakamate haraka.

Nyamhindi alisimama kuwasubiri. Alikuwa akikumbuka namna mafunzo aliyokuwa akifundishwa na Lubala jinsi ya kupigana pasipo kutumia uchawi.

Alikumbuka Jinsi ya kurusha mateke, ngumi na kutumia kichwa. Baada ya kukumbuka yote alijiweka sawa kwa ajili ya kukabiliana nao.

Wale watu waliomsindikiza, walikuwa wakichungulia kwenye vichaka kuona kitu gani kitatokea.

Zile njemba zikaja mbio na kutaka kumkamata lakini kila zilipo kuwa zikisogelea mstari zilipigwa ngumi ya pua na kuanguka chali. Njemba zote zilipigwa ngumi za pua tu.

Baada ya kuona hivyo wakasema kumbe wewe binti ni mtukutu. Nyamhidi aliwapa kipondo cha mbwa mwizi wote walitoka damu na kila mmoja alilia na kusema tusamehe! Tusamehe!

Akawauliza mnakaa wapi? Wakasema mjini sasa twendeni wote huku mnaimba malkia malkia ameingia. Huku kila mmoja anasikilizia maumivu yake walianza kuimba huku wakielekea mjini.

Watu walishangaa sana maana kundi hilo la wezi lilikuwa linasifika sana na watu walikuwa wanaliogopa. Mpaka serikali ya huko ilikuwa inaliogopa sana kundi hilo. Na wakiliona kundi hilo walikuwa wanajificha.

Basi watu wa mji huo walitoka majumbani mwao na kuangalia ni nani anaye imbwa kuwa ni malkia. Baadae waliona kasichana kenye umri kama miaka Kumi na minne au kumi na mitano hivi. Walishangaa sana, ina maana hako kasichana wanakaita malkia! Hawa watu si huwa wanauza wasichana nchi za mbali? Iweje leo hii wanaimba hivyo? Halafu ona wote wanaonekana wamepigwa vibaya sana! Watu walibaki midomo wazi bila kuelewa nini kilichotokea.

Nyamhindi alisimama juu ya meza na kusema kuanzia leo hakuna mtu kufanya fujo kwenye mji huu. Yeyote atakayeleta fujo au ugomvi nitamshikisha adabu kama nilivyowashikisha hawa.

Mimi jina langu naitwa Nyamhindi, Mjukuu wa mfalme wa Busambilo. Watu wote walipiga magoti na kuanza kusujudu. Wakisema malkia, malkia wewe ni mkombozi wetu hapa.

Akasema mimi sio wa kusujudiwa ni binadamu kama ninyi, ila nimezaliwa kwa ajili ya kuleta ukombozi kwenye jamii zetu zote. Haitakiwi kuchukiana, sisi sote ni wanadamu hakuna aliye juu ya mwenzake. Inafaa kusaidiana sote kwa pamoja. Aliye na shida msaidieni. Kuanzia leo sitaki kusikia wizi. Inabidi kila mmoja kufanya kazi kwa bidii.

Wakuu wa serikali walikuja na kusikiliza Nyamhindi alivyokuwa akiongea.Kamishna mkuu wa mji huo akapita mbele ya watu na kuuliza huyu binti amepata kibali wapi kuanzisha mkutano hapa?

Wale wezi wakamwambia huyu ni malkia wetu, kwa hiyo huna ruhusa ya kufanya lolote kwa sasa. Ana nguvu sana. Ameweza kutupiga sisi sote tulipokuwa tunajaribu kumdhuru.

Kamishna alibaki kimya baada ya kuona jinsi wezi wale walivyopata kipondo. Na serikali yao inavyowaogopa.

Nyamhindi akasema mimi nitakuwa kwenye mji huu kwa mwezi mmoja. Nataka mji huu unyooke kabla sijaondoka. Sawa?

Watu wote waliitikia sawa huku wakiwa na nyuso za furaha.

Wakati huo watu kutoka Asosa walikuwa wamepanga kuja kuvamia serikali ya Malakal. Na jeshi la Asosa lilikuwa na nguvu sana.

Asosa ipo Mashariki mwa Malakal. Watu wa Asosa wana uwezo wa kurusha mikuki maana nchi yao ipo kwenye vilima vilima.

Nyamhindi alikuwa akitembea na fimbo yake mgongoni. Lakini wakati mwingine huwa anaishikilia mkononi. Kila sehemu anakokwenda anaenda nayo.

Siku kama mbili hivi askari mmoja wa Malakal alikuja mbio kwa kamishna na kumwambia, watu wote mpakani wameuawa na askari wa Asosa. Askari waliokuwa mpakani wote wamechinjwa nimebaki mimi tu na nimeleta habari hizi. Jeshi la Asosa lina nguvu sana kwa hiyo inabidi tukimbie twende Kadugli.

Nyamhindi alisikia mazungumzo hayo.

Baadae alimfuata Kamishna na kumuuliza. Unampango gani sasa kuhusu habari ulizozipata? Maana ninavyojua mimi kutoka hapa mpaka ufike Kadugli yapata siku tatu. Je, upo tayari kuwakimbia raia wako?

Kamishna akasema mpaka sasa hivi sijawa na jibu lolote.

Nyamhindi akasema mimi nitakusaidia, lakini ninataka uniandalie askari ishirini twende nao.

Kamishna akasema askari ishirini ni wachache sana maana jeshi la adui yetu lina askari mia mbili.

Wewe usijali kuhusu idadi, kinachotakiwa ni mbinu. Idadi na umaarufu hauna maana yoyote. Wewe ukikimbia nchi yako tayari utakuwa mtumwa na kuuza watu wako.

Ni bora ukafa kwa kuitetea nchi yako kuliko kufa kizembe ukikimbia nchi yako. Kwani, una uhakika gani kuwa utafika unakotaka kwenda? Ni vyema ukafikiria watu wako kuliko kufikiria kukimbia. Uongozi sio kuamlisha watu wafanye unayotaka tu, uongozi ni pamoja na kuwalinda watu wako na mali zao.

Wale watu wa Asosa unaowasikia, nakuhakikishia watakua mchanga kabla ya jua kuzama.

Kamishna alifanya kama Nyamhindi alivyomuagiza. Aliandaa askari ishirini ili waongozane na Nyamhindi kukabilina na kundi kubwa la askari kutoka Asosa.

Nyamhindi aliwaambia kila mmoja anatakiwa kuchinja askari kumi au zaidi mimi hapa nitawalegeza wote. Nitawatia upofu wasione na ninyi jitahidini sana kuchinja haraka haraka. Sawa? Wakasema, sawa.

Nyamhidi alikumbuka alivyofundishwa na Lubala jinsi ya kutengeneza upepo wa pilipili.

Nyamhindi aliwaambia, sasa kila mmoja ajifunge kitambaa cheusi kichwani. Na kila mmoja ajichore mistari minane yenye rangi nyeusi kwenye tumbo lake kisha tuanze safari.

Nyamhindi alisema ninawapa mbinu za Busambilo huku nadhani bado mko nyuma kidogo. Hawa wanaokuja hamtawasikia tena katika maisha yenu.

Jifungeni vitambaa vyeupe usoni ili pilipili isiingie kwenye macho yenu.

Baada ya hapo Nyamhindi alivaa nguo nyeusi na kuwaambi twendeni. Alikuwa amebeba upinde na mshale mmoja huku mgongoni amefunga fimbo yake.

Walipokaribia, akawaambia sasa ni muda wa kukomboa nchi yenu. Jiwekeni sawa. Tulieni hapa. Alipanda juu ya mlima, na kuhakikisha askari wa Asosa wanamuona. Alipiga mluzi "Swiiiiiiiiiiiiiiiii!" Askari wa Asosa waka mtazama, Nyamhindi akasema kwa sauti ya juu, "Leo hii askari wa Asosa wote mtakuwa mchanga". Kisha akachomoa mshale! Akauweka kwenye upinde! Akajikunja! Akauvuta Kuelekea angani! Akauachia shwaaaaaaaa!!!.

Baada ya hapo upepo mkali ulianza kuvuma.

Nyamhindi akasema kwa sauti kuu, Twendeeeee!!

Upepo ulikuwa na pilipili. Pilipili iliingia machoni mwa askari wa Asosa, wakawa hawaoni, macho yanauma, Upepo unavuma, kelele za miti kuvunjika.

Nyamhindi alikaa kwenye jiwe na kuangalia namna gani vijana walikuwa wanafanya kazi. Mkononi alikuwa ameshikilia hindi la kuchoma, akila taratibu, huku akiangalia kazi inavyofanyika.

Baada ya kubaki mtu mmoja Nyamhindi akasema mwacheni huyu ili apeleke taarifa.

Nyamhindi akasema, "Nenda kamwambie mfalme wenu, mimi ni Nyamhindi nataka kuongea naye. Sawa".

Askari huyo alitoka mbio kupeleka taarifa.

Askari alipofika kwa mfalme huku anahema sana "hohihohihohihohihohi!!". Mfalme alimuuliza, "Mbona mbio hivi?"

Askari akajibu, "Mfalme hawa watu wamepata nguvu. Kuna msichana anaitwa Nyamhindi. Ananguvu sana. Hatumuwezi. Askari wote wamekufa. Mimi tu nimeleta habari."

Mfalme Abemereki akasema, nini!!!. Yaani msichana ndio kawaua wote? Askari akasema yule msichana ana nguvu za ajabu alirusha mshale angani kisha upepo wa pilipili ukaja tukashindwa kuona. Askari wachache wa Malakal waliwachinja askari wote kirahisi.

Mfalme alishituka. Akasema, ajabu tunasikia nguvu hizi zinapatikana katika nchi ya mbali sana ya Busambilo. Ina maana na hawa wana uwezo huo?

Askari akasema, sijui mfalme lakini amenituma pia kwamba uende ukaonane naye yupo porini anakusubiri.

Mfalme alianza kutetemeka na kusema sasa mimi nifanye nini!!?

Wazee washauri wake wakamwambia mfalme unatakiwa uende huenda hayo ni mazungumzo ya amani.

Mfalme na watu wake wakaanza safari kuelekea porini ili kuonana na Nyamhindi.

Baada ya kukaribia, Nyamhindi alikuwa amepanda juu ya mlima.

Akasema kwa sauti kuu, "simamen!!" Mmekuja kwa shari au kheri?

Mfalme akainua juu bendera nyeupe.

Baada ya Nyamhindi kuona hivyo akasema mnaweza kuja.

Nyamhindi alishuka juu ya mlima na kumfuata mfalme. Nyamhindi alianza kusema. Mimi ninaitwa Nyamhindi, ninadhani umesikia habari zangu kupitia askari wako huyu.

Mimi ni mjukuu wa mfalme wa Busambilo. Baada ya kusikia Busambilo mfalme Abemereki alianza kutetemeka sana. Nyamhindi akasema Mfalme mbona unatetemeka hivyo?

Mfalme akasema sikujua kuwa wewe upo huko ninaomba unisamehe sitarudia tena kuonea watu.

Nyamhindi akasema mbona unanikatisha katisha ninapoongea? Akamtazama usoni, hivi wewe, kwa nini unatesa watu na kuamrisha majeshi kwenda kuvamia nchi jirani?

Je, unashida gani katika nchi yako? Maana nchi yako ni nzuri mna mazao mengi, mnalima na kupata mazao ya kutosha. Sasa shida yako ni nini?

Mfalme akasema ni tamaa tu ya kutaka vingi.

Nyamhindi akasema rudi kwenye nchi yako, ishi vizuri na jirani zako kisha utamea kama mmea wakondeni.

Mfalme na watu wake walirudi wakiwa na furaha iliyochanganyikana na huzuni.

Sehemu ya Pili

Ngaya iliwapa mafunzo watu wao ili kuhakikisha wanaingia Busambilo na kuzima nguvu taratibu.

Baada ya miaka miwili, watu walikuwa wameandaliwa vyema kwenda kuingia Busambilo na kuanza kupunguza nguvu za utawala.

Aliandaliwa binti mzuri mwenye umri wa miaka tisa na kupewa mafunzo maalumu kuhakikisha kwamba anaolewa na mtoto wa Kapela ili utawala wa Busambilo uchanganyike.

Watu wale walifundishwa mawasiliano mbalimbali wanayotumia watu wa Busambilo. Kwa kweli haikuwa rahisi kupata watu mahiri maana ilibidi watumie miezi mitatu hivi kupata watu mahiri wenye uwezo na akili kufundishwa namna ya kuteka Busambilo.

Kiongozi wa kikundi hicho alifundishwa namna ya kujikinga ili mbinu za uchawi alizofundishwa zisijulikane. Waliambiwa wajifanye ni watu wasiojua kitu chochote na wawe tayari kufundishwa na wenye kuelewa haraka.

Msichana huyo mwenye umri wa miaka tisa walimpatia jina la Nyamiji ili kwamba jina lake liendane na watu wa Busambilo.

Safari ya watu hao ilianza, walipitia maeneo ya Busiya. Walipofika Busiya walidai kwamba wamefukuzwa kutoka Ngaya na kwamba, hawana sehemu ya kwenda. Waliona sehemu ambayo wanaweza kuwa salama ni katika nchi ya Busambilo.

Mwanangwa wa Busiya aliwaruhusu na kuwapatia sehemu ya kukaa. Mkuu wa wale watu alifurahi sana maana hatua ya kwanza imefanikiwa. Akafungua kitabu chake cha mipango na kuweka alama ya vema kwenye mpango namba moja.

Mpango wa pili ni kuhakikisha Nyamiji anazoeana na mtoto wa Mwanangwa ili apate nafasi ya kwenda nae Ikoulou kuonana na watoto wa mfalme.

Kweli mipango ilianza kusukwa kuhakikisha kuwa mtoto wa Mwanangwa wa Busiya aitwae Milembe wanazoeana na Nyamiji.

Nyamiji alikuwa amefundishwa michezo mbalimbali na alikuwa anajua kuimba vizuri sana. Siku moja kama kawaida ya watoto wa nchi ya Busambilo, walienda kwenye chuo cha mafunzo ya watoto ambacho huwa kinafanyika mara tatu kwa mwaka, kwa kipindi cha wiki mbili mbili. Watoto wote wa Busiya walienda kwenye chuo chao cha Busiya kwa ajili ya kujifunza mila na tamaduni za Busambilo.

Katika vyuo vya watoto; watoto hufundishwa, kupika, kushona, kuvaa, kuchora na kulima kilimo bora. Kipindi hicho kilikuwa ni kipindi cha msimu wa pili, ambapo watoto hugawanywa makundi makundi kulingana na umri wao.

Mafunzo hutofautiana kulingana na rika la watoto. Msimu huo nchi ilikuwa imeamuru watoto wafundishwe mila na tamaduni za watu wa Busambilo. Mafundisho hayo ni pamoja na uimbaji, uchoraji, hadithi na mengine mengi tu.

Milembe alikuwa na umri wa miaka kumi. Kwa hiyo alikuwa kwenye rika la watoto namba mbili wenye umri kati ya miaka minane mpaka mpaka kumi na miwili. Hao watoto walikuwa kwenye kundi namba mbili yaani akili zao zimeanza kuelewa mazingira.

Ilikuwa mara ya kwanza Nyamiji kwenda katika chuo hicho. Kilikuwa kimejengwa kwa ustadi. Nyumba zilitengenezwa kwa miti na kupambwa vizuri sana. Madarasa yana hewa safi na viti vya kukalia vilivyochongwa kwa ustadi wa hali ya juu. Juu yalikuwa yameezekwa kwa nyasi zilizopambwa vizuri sana kwa michoro mbalimbali.

Kusema kweli alishangaa sana maana Ngaya hawana chuo kizuri kama hicho alichokiona.

Kabinti kamoja kakamuona na kusema “heee! Unashangaa nini sasa? Je, ukienda chuo kikuu si unaweza ukazimia jinsi kilivyojengwa!?”

Nyamiji akasema kwa kweli kwetu hakuna chuo kizuri kama hiki. Kwanza kwetu chakula cha shida sana lakini huku nyie mnakula na kusaza. Kwa kweli huku mna raha sana.

Kile kibinti kikamuuliza kwani wewe umetoka wapi? Huku akiwa amejifunika machoni. Sisi tumefukuzwa kutoka nchi ya Ngaya, eti wanasema sisi tuna sababisha ukame.

Kale kabinti kakasema pole sana, usiogope, basi mimi nitakuwa rafiki yako.

Kale kabinti kakasema mimi naitwa Nyanzobe kwani wewe unaitwa nani? Akasema mimi ninaitwa Nyamiji. Basi Nyanzobe akasema twende sasa darasani.

Walipokuwa wakielekea darasani, Nyanzobe akamuona Milembe. Nyanzobe akiwa na furaha, akaita, Milembeee! Milembee! Njoooo hapa!!.

Milembe alikuwa binti mcheshi, mzuri wa sura na mashavu yake yalikuwa na vimashimo na meno yake yalikuwa meupe pee, huku yakipambwa na mwanya mzuriiii!!.

Milembe alitazama huku na kule ili ajue sauti inatoka wapi. Baadae alimuona Nyanzobe amenyosha mkono wake juu. Milembe alipomuona Nyanzobe alitabasamu na kukimbia kwenda kumlaki.

Walikutana na kusalimiana. Baadae Nyanzobe alimtambulisha Nyamiji kwa Milembe.

Nyanzobe akasema hapa chuo rafiki yangu mkubwa ni huyu Milembe. Milembe ni mtoto wa Mwanangwa wetu huku Busiya. Baba yake Milembe na baba yangu ni marafiki sana.

Nyamiji alitabasamu na kusema ninashukuru sana nimekutana na rafiki ambao tunaweza kushirikiana.

Nyanzobe alimusimulia kila kitu Milembe kuhusu Nyamiji. Baada ya hapo waliingia darasani.

Mwalimu alianza kufundisha uchongaji wa viti. Alifundisha aina ya viti na namna viti vinavyochongwa.

Baada ya kumaliza kufundisha aliwaambia, siku ya leo tutaanza kuchonga kwa vitendo. Baada ya wiki hizi mbili kila mmoja awe amemaliza kuchonga kiti kimoja. Viti hivi tutakavyovichonga vitabaki hapa chuoni kwa ajili ya kukalia darasani.

Wanafunzi wote walisema, sawa. Walitoka darasani na kwenda kwenye kambi waliyofikia kwa ajili ya kupata uji na kujiandaa na somo la mchana la uimbaji.

Kipindi cha mchana kilipofika mwalimu aliingia darasani na kumtaka kila mwanafunzi aimbe wimbo wowote anaoujua.

Kila mwanafunzi aliimba wimbo wake.

Basi ikafika zamu ya Nyamiji, Nyamiji akasimama na kusema ninaomba niimbe halafu baadae tutaimba wote. Nyanzombe akasema kwa sauti ya juu sawaaaaaa!

Nyamiji alianza:-

"Sumbili ungw'ana wa ng'wise wizaga na butemi wakwex2
Abalalile lalagi ungw'ana wizaga kubusola ubutemi wakwex2
Mishagi lulu mishagi ikanza lya kubusola ubutemi bokwex2"
(Mpokeeni mtoto wa kwetu amekuje na ufalme wake x2
Waliolala laleni mtoto amekuja kuuchukua ufalme wakex2
Amkeni sasa amkeni muda wa kuuchukua ufalme wakex2)

Wanafunzi walifurahi sana. Kila mmoja alipiga makofi na wote wakaanza kuuimba wimbo huo.

Nyamiji alisifika sana pale chuoni. Kila mmoja alianza kuuimba wimbo huo.

Wimbo huo ulitapakaa Busiya yote na hatimae ulienea Busambilo nzima. Kila mtu akiwa anafanya kazi alikuwa akiuimba wimbo huo. Vijana wakiwa kwenye vikundi vyao vya kilimo walikuwa wakiuimba wimbo huo.

Jina la Nyamiji lilisifika sana kila sehemu watu walikuwa wakizungumza kuhusu Nyamiji. Wakisema nchi yetu imepata mwimbaji mzuri sana. Itabidi huyu binti apelekwe kwa mfalme ili awe anamwimbia mfalme wakati ana mawazo. Vilevile aweze kuwaimbia wageni wa mfalme wanapokuja kumtembelea.

Watu walimpenda. Alikuwa akiitwa kila sherehe kuimba.

Kiongozi wa watu kutoka Ngaya alifungua kitabu chake na kuweka vema kwenye hatua yake ya pili.

BAADA YA MUDA WAKE kuisha kukaa Malakal, Nyamhindi na wale waliomsindikiza walianza safari kuelekea Misri.

Watu wa Malakal waliwasindikiza na kuwapatia ngamia watakaowasaidia kupita jangwani. Waliwafungashia chakula kingi na nguo za kuvaa njiani.

Safari yao ilianza.

Baada ya siku tano walikuwa wamefika mji wa Kharga. Ikabidi wapumzike kwenye mji huo.

Walifika kwenye nyumba za kulala wageni na kuomba sehemu ya kupumzika.

Kwa taratibu za mji huo, unapoingia nyumba za wageni ni lazima kuandika jina lako na sehemu uliyotoka.

Haikuwa tabu kwao kuandika majina yao na sehemu waliyotoka. Waliandika na kuwakabidhi wahusika. Baadae walitafuta chakula.

Muhudumu alichukua majina ya wageni hao na kupeleka kwa bosi wake. Bosi alianza kupitia majina ya wageni wote walioingia kwenye nyumba yake ya wageni.

Baadae akaona watu kutoka Busambilo. Ikabidi ashituke, imekuwaje tena!!.

Akaangalia jina kwa jina akaona Jina la Nyamhindi. Dah! Bosi alianza kutetemeka na kusema itakuwaje, maana huyu mtu nimesikia habari zake kuwa kawapiga watu wa Asosa. Nifanye nini sasa?

Bosi alituma watu kwenda kutoa taarifa kwa watawala kwamba kuna wavamizi wamekuja kwenye nyumba yake ya kulala wageni. Amepata taarifa kuwa hao watu sio wazuri.

Kwa jinsi yule bosi alivyokuwa anaheshimika katika mji huo; watawala walituma askari kuzunguka jengo hilo na kuwakamata waharifu hao.

Ili bosi atoe ushahidi unaokubalika alijichana chana na kisu mkononi ili kuhakikisha watu hao wanakamatwa.

Msafara wa Nyamhindi ulikamatwa, na yeye pia alikamatwa na kufungiwa kawenye chumba chenye giza.

Nyamhindi na wenzake hawakuelewa kwa nini wamekamatwa. Walianza kuulizana ni nini sasa hii? Mbona hatuelewi?

Nyamhindi akawaambia ninyi tulieni tu, tutajua nini kinaendelea hapa.

Baada ya muda kidogo askari walikuja huku wakiwa na fimbo mkononi na kuanza kuwapiga huku mikono yao ikiwa imefungwa kwenye miti iliyokuwa ndani ya kile chumba.

Askari walijitahidi sana kuwapiga. Huku Nyamhindi na wenzake wakiuliza tumewakosea nini? Mbona mnatupiga tu na hatuelewi mnatupiga kwa sababu gani.

Baada ya hao askari kutosheka kuwapiga. Walirudi kwa mkuu wao na kutoa taarifa kwamba tumewapiga sana, na kila mmoja anatoa damu!

Mkuu akasema kwa kipigo hicho tukienda kuwahoji lazima watatueleza ukweli kwa nini wamemvamia na kumpiga yule bosi wa nyumba ya wageni.

Nyamhindi akasema hapa tusipokuwa makini wajinga hawa wanaweza kutuua. Kwa hiyo ni muda sasa wa kuanza kujitetea. Sawa?

Wote wakasema sawa, huku damu ikiwavuja kila sehemu na minundu kibao kwenye nyuso zao.

Nyamhindi akasema kwa sauti kubwa "Kambaaaaa katika!!" Kamba zote zilizokuwa kwenye mikono yake zikakatika.

Kisha akawafungua na wenzake. Walijituliza na kujifanya kuwa bado wamefungwa.

Baadae wale askari walikuja tena huku wakicheka. Walikuwa wawili wamejazia miili yao miraba minane. Wakafungua mlango huku wamebeba fimbo za maana mikononi mwao.

Walipofungua mlago tu kila mmoja alikutana na kichwa cha Nyamhindi. Kichwa cha msichana huyu kilikuwa kimekomaa kama jiwe.

Wale askari walibabaika na kizunguzungu kikiwakumba, huku wakipiga kelele nimepigwa jiwe! Nimepigwa jiwe! Nyamhindi aliwapa kichapo cha mbwa mwizi. Baadae akawafunga kamba.

Walitoka nje wakipiga kelele wakisema, hivi watu wa mji huu tumewakosea nini?

Mkuu hakuwa mbali na eneo hilo alijisogeza taratibu mpaka kwenye eneo ambalo Nyamhindi na wenzake walikuwa wamesimama.

Baada ya Mkuu kuona askari wake wamekamatwa, aliita kikosi haraka kuja kuwazunguka Nyamhindi na wenzake.

Baada ya kikosi hicho kuwazunguka Nyamhindi akauliza hivi nyie watu wa mji huu tumewakosea nini? Mbona mnatutendea mabaya bila hata sisi kujua tumewakosea nini?

Mkuu akaamulisha wakamateni hao.

Nyamhindi akaona sasa hii ni vita tukilemaa wanatumaliza maana hata hatuelewi ni nini kinaendelea.

Nyamhindi akainama na kisha akapiga magoti na kuangalia angani. Alitoa sauti kuu akisema, njooooooo!!!.

Baada ya sauti hiyo kukatika tu, upepo mkali, wenye baridi kali, ulivuma. Nyamhindi akasimama na kusema, mimi sina ugomvi na watu wa hapa na sitaki kusababisha tatizo lolote lakini ninataka kujua kwa nini mnatufanyia hivi?

Watu wote waliokuwa kwenye eneo hilo walikuwa wakitetemeka, maana baridi ilikuwa kali sana.

Mkuu wa mji huo alipiga kelele akisema huyu anatumia uchawi! Anatumia uchawi! Tuite wachawi asituletee mchezo kwenye mji wetu nasisi wachawi wapo.

Nyamhindi akasema wewe ndiye mkuu wa hapa? Yule mkuu akasema ndio mimi, sasa wewe binti unataka kushindana na sisi basi subiri utaona.

Nyamhindi akasema mimi sitaki kubishana sana. Kama unataka kupima uwezo wangu sawa. Akasema waambie askari wako wasiingilie pambano hili. Waite wachawi wako wote na tukubaliane nikishinda huu mji unakuwa wangu ukinishinda unichinje sawa?

Mkuu akasema sawa haina tatizo.

Wachawi wote wa mji huo waliitwa kuja kushindana na Nyamhindi.

Baada ya wachawi hao kuja, Nyamhindi akasema nawaomba tukalale kwanza halafu tutaendelea kesho maana sisi tumechoka na safari tunahitaji kupumzika.

Mkuu akasema hapana, mimi ninataka tuanze sasa hivi maana unaweza ukakimbia.

Nyamhindi akasema, mimi sina ugomvi na ninyi kabisa sisi sote ni binadamu si vyema kuanza kufanyiana vitu vibaya.

Mkuu akasema, ona sasa huyu anaogopa kufa ameona tutamshinda.

Nyamhindi akasema naomba basi wenzangu wakapumzike mimi nibaki hapa kwaajiri ya pambano.

Mkuu aksema hapa hatoki mtu yeyote.

Nyamhindi akakunja uso na kusema wewe! Wewe! Weweeeee!! Utalipa haya yote!! Wewe subiri.

Wachawi wa mji huo wakaanza kuonesha madoido yao. Mmoja akamwaga kamba nyingi chini na kamba hizo zikageuka kuwa nyoka. Wakatokea nyoka wengi sana wa kila aina.

Mkuu akafurahi sana na kumwambia huyo mchawi aamuru hao nyoka waweze kumuuma huyu binti.

Kweli nyoka waliamuriwa na kuanza kumfuata Nyamhindi. Nyamhindi alitupa fimbo yake chini. Likatokea Joka kubwa na kuanza kuvimeza vijoka vya huyo mchawi.

Mkuu alistaajabu sana na kusema fanyeni jambo, fanyeni jambo jingine haiwezekani.

Mchawi wa kwanza alianza kutetemeka na kushangaa imetokeaje.

Baadae joka lilibadilika na kuwa fimbo tena na Nyamhindi akaichukua fimbo yake.

Mchawi mwingine alikasirika sana na kusema niruhusu nimuue huyu binti na wenzake wote.

Mkuu akasema unaruhusiwa.

Nyamhindi akasema ukija vibaya nitakuumiza.

Mchawi huyo alikuwa amevalia mapembe ya Nyumbu kichwani, nguo nyeusi yenye madoa madoa mekundu na macho yake yalikuwa yamepakwa rangi yeusi tii.

Aliinama chini na kuchukua mchanga kisha kuurusha angani. Alifungua kitambaa chake na kukitandika chini.

Baada ya kukitandika chini kitambaa hicho kilibadilika na kuwa dubu. Mchanga aliourusha angani ulibadilika na kutokea ndege wa ajabu wenye meno makali, wakiwa na macho manne, vichwa vyao mithili ya kichwa cha simba, wakiwa na mabawa makubwa sana.

Ndege hao walikuwa wanne, wakiwa wanatoa sauti ya kutisha, huku dubu akiunguruma kwa sauti nzito.

Yule dubu na ndege hao wakajipanga kumfuata Nyamhindi.

Nyamhindi akasema wewe mchawi usiye na akili nitakuumiza na usipate wa kukutibu. Unatumia mbinu za uchawi kiwango cha nne ambacho ni kidogo sana.

Mchawi akapaza sauti kuu na kusema, hapa lazima tukumalize huwezi ukatuaibisha hivyo.

Nyamhindi akasema, liwalo na liwe sina namna.

Wale ndege na yule dubu wakaanza kusogea kumfuta Nyamhindi huku wakipiga kelele na kuunguruma kwa sauti ya kutisha.

Nyamhindi alipaza sauti na kusema, Njoooooooo! Huku amenyosha fimbo yake angani.

Ghafla giza nene lilitokea watu wakawa hawaonani, sauti za dubu na hao ndege wa ajabu zikabaki zikisika. Mvua kubwa ilitokea na ukimya ulitawala mji mzima.

Baadae sauti za hao ndege na dubu zikawa hazisikiki tena.

Nyamhindi aliwachukua wenzake na kuwaambia twendeni tukalale tutaonana nao kesho.

Wakati huo giza nene limetawala mji mzima na mvua yenye radi ikinyesha. Huku Nyamhindi na wenzake walikuwa wakiona kama kawaida tu na hakuna mvua yoyote iliyowanyeshea.

Ndani ya ngiza nene yule mchawi aliona watu wanne wenye nguo za zambarau wakimfuata na kumwambia "Huwezi kushindana na mbeba maono ya nchi kuu unatakiwa uanze kupambana baada ya kujua sababu".

Watu hao walimshika kinywa chake na kukata ulimi wake kisha wakatoweka.

Mchawi alipiga keleleee ya maumivu makali. Alilia sana.

Watu wote walipitiwa na usingizi mzito, walilala hapo hapo walipokuwa. Mkuu wa huo mji naye alilala pale pale.

Asubuhi watu waliamka na kushangaa kwamba walikuwa wanasikia mvua ikinyesha kumbe hakuna hata mvua yoyote.

Watu waliokuwa wamekusanyika kushuhudia mpambano kati ya Nyamhindi na wachawi walikuwa wapo kwenye usingizi mzito wasijue hata kama kumekucha.

Watu hao walilala bila kujigeuza mpaka mnamo wa saa sita hivi za mchana.

Ndipo Nyamhindi akaenda eneo la tukio na kukuta watu wengi wamekusanyika wakishaangaa. Wengine wakisema labda wamekufa, wengine wakisema hawajafa maana bado wanatoa pumzi.

Huku mchawi mmoja akiwepo hapo damu zikimtoka mdomoni na hawezi kuongea tena, huku maumivu makali yakimpata.

Mchawi alipomuona Nyamhindi alimkimbilia na kumsujudia. Nyamhindi alikuwa amesimama haongei chochote.

Baadae Nyamhindi akasema, amka. Watu wote walikurupuka kutoka usingizini huku wengine akili zikiwaruka, na kuanza kukimbia ovyo ovyo.

Nyamhindi akamfuata mkuu na kumwambia haya yote yametokea kwa sababu yako. Je, bado unataka kushindana na mimi.

Hebu mwangalie mchawi uliye muamini kwenye mji wako unamuonaje sasa? Wewe ni mkuu wa namna gani mjinga? Hata kama mtu amekosa inabidi umsikilize. Wewe unaanza kushambulia tu pasipo kujuwa unamshambulia nani na bila hata kumpa nafasi ya kuongea?

Je, ulikuwa unataka vita na mimi au ulikuwa na lengo gani?

Mkuu yule akainama na kumsujudia Nyamhindi na kusema nisamehe kuna mtu aliniambia mmemvamia na nyie ni majambazi kwamba hamtakiwi kuishi.

Nyamhindi akatabasamu, kisha akasema kwa kuambiwa sisi ni majambazi na hatutakiwi kuishi basi uliamini? Je, nani aliyekupa taarifa hizo?

Akasema ni bosi wa nyumba ya kulala wageni.

Basi ninamuomba aje hapa.

Watu wote waliokuwa eneo hilo walikuwa wakisikia maneno yote hayo.

Basi yule bosi akaletwa huku akitetemeka sana.

Nyamhindi akamfuata akamuuliza, wewe ndiye bosi wa nyumba ya kulala wageni tuliyofikia?

Akasema, ndio.

Je, umewahi kutuona tunafanya ujambazi?

Akasema, hapana.

Kwa nini unamwambia mkuu wa huu mji kuwa sisi ni majambazi?

Nilipata woga baada ya kusoma jina lako na kujua wewe ndiye uliye wapiga watu wa Asosa. Nikapata wasiwasi kwamba wewe unaweza ukavamia mji wetu na kutupiga.

Nyamhindi akasema sawa, niliwapiga watu wa Asosa, unajua niliwapiga kwa sababu gani?

Alijibu, hapana.

Nyamhindi alisimama katikati na kupaza sauti kuu na kusema;

"Enyi watu wa Kharga ni nani aliye waroga, Mimi nilikuwa kwenye mji wa Malakal watu wa Asosa wakaja kuuvamia mji huo je, nilifanya kosa kuwasaidia watu wa Malakal?"

Watu wa wote wakaitika kwa pamoja hukufanya kosa lolotеееееее!!!.

Sasa niwafanye nini watu hawa waliotaka kuniumiza na kisha kuniua bila sababu?

"Wanatakiwa wauawe maana wanatutesa sanaaaa!!!".

Nyamhindi akasema hawa tusiwaue tuwafunge gerezani kwa muda wa miaka mitano. Wakitoka kule watakuwa wamejifunza. Na huyu mchawi hiyo ndio adhabu yake. Atakuwa hana ulimi kwa muda wote maana ameikosea taaluma ya kichawi nafasi ya nne. Kwa hiyo iwe fundisho kwa wachawi wote wanaotumia taaluma ya kichawi kwa kutesa watu badala ya kusaidia jamii.

Kuanzia sasa itabidi mchague mtu mwema, mwenye hekima atakaye waongoza vyema na pawepo na wachawi wanaotumia taaluma yao vizuri kwa msaada wa jamii nzima.

Nataka wachawi wote wa mji huu wajifunze kuwa watu wema, na sio wenye roho mbaya na wivu usio na sababu.

Enyi wachawi mnatakiwa kuridhika na vitu mpatavyo maana nyie mmejifunza taaluma hiyo kwa faida ya jamii nzima. Mambo ya kutunishiana misuli kwamba yule ana nguvu kuliko yule hayafai kwenye taaluma hii.

Mimi jina langu ninaitwa Nyamhindi ninatokea Busambilo, nipo na watu wangu ninaelekea Misri.

Kwetu wachawi wanafanya kazi kwa pamoja. Kwa sababu ya wivu usio na maana ndio maana nchi yenu ni jangwa. Wachawi wa hapa wangekuwa wanashirikiana nchi hii ingekuwa na neema na ya kuvutia.

Kuanzia leo acheni ugomvi usio na maana.

Mimi naendelea na safari yangu nitarudi kuwaona maana niendapo sio mbali kutoka hapa. Hakikisheni mnawafunga hawa watu iwefundisho kwa watu wengine wenye tabia hizi.

Nyamhindi aliondoka katika mji ule na kuendelea na safari yake kuelekea Misri. Baada ya siku alifika katika mji mkuu wa eneo lile. Mji uliochangamka sana. Mji huo ulijulikana kwa jina la Faiyum. Watu wa eneo lile walikuwa ni wajuzi sana wa hisabati. Utamaduni wa kule ulikuwa umejengwa kwa falsafa ya hisabati. Watu wa kule walikuwa ni wajuzi sana wa falsafa za Metafizikia, Epistemolojia na Mantiki. Watu wa kule walikuwa wakifundishwa Hisabati tangu wadogo.

Faiyum ulikuwa ni mji wenye majengo makubwa makubwa na watu wa kule walikuwa ni wastaraabu sana.

Nyamhindi na wenzake walipofika, iliwabidi waulizie kwa mkuu wa mji ule. Kijana mmoja aliyejitamburisha kwa jina moja tu kuwa anaitwa Hamada, aliwachukua na kuwapeleka kwa mkuu wa mji ule.

Baada ya kufika, Nyamhindi alijitamburisha na kuwatambulisha wenzake kuwa wametokea Bunyankole nay eye ametokea Busambilo. Na kisha alimpatia barua waliyokuja nayo kutoka kwa mkuu wa chuo cha Bunyankole.

Aliisoma, kisha akawaambia karibuni sana. Waliingia ndani ya jumba la mkuu wa mji ule. Wafanyakazi wa pale walikuwa wamejipanga kwa umaridadi wa hali ya juu sana. Kila mmoja alikuwa akifanya kazi kwa kushirikiana na mwenzake. Hakuna mtu aliyekuwa akifanya kazi pekee yake.

Huku kikundi cha uimbaji kilikuwa kikiimba na midundo mizuri ya mziki ikipingwa na kuwapa hamasa wanaofanya kazi, kufanyakazi kwa nguvu na umaridadi.

Wengine walikuwa wamevalia nguo nyeupe na walionekana ni wasafi sana. Kazi yao ilikuwa ni kuandaa chakula cha wanaofanya kazi na watu wote wanaoingia na kutoka katika jumba lile la mkuu wa mji.

Mbele kulikuwa na bwawa lililopambwa vizuri kwa marumaru za kung'aa. Watu waliovalia nguo vizuri walikuwa wakiogelea ndani ya bwawa lile huku wakiwa na furaha isiyo na kifani.

Kwa kweli jumba lile lilikuwa zuri sana na la kupendeza. Askari walikuwa wakiingia na kutoka huku wamevalia mavazi yaliyofungwa chuma kifuani na mgongoni. Walikuwa wamebeba mikuki na wakiwa wamejipanga kwa ustadi wa hali ya juu sana.

Baada ya kuingia kwenye chumba cha kuongea na wageni, mkuu wa mji alianza kwa kusema, kwanza kabisa ningependa nianze kwa kutambulishana. Kwa kuwa mmeshajitambulisha haitakuwa vibaya kujitambulisha na watu wengine nilionao hapa. Japo mke wangu yupo mbali kidogo na hapa, lakini nitawatambulisha kwenu baadae.

Mimi jina langu ninaitwa Mohab, ni mkuu wa mji huu. Nimepewa dhamana na Mfalme wetu EL-Amir kuwa msimamizi mkuu wa mji huu ambao ndio mji mkuu katika falme hii ya Misri.

Huyu hapa mnayemuona upende wa kushoto ni mkuu wa itifaki katika ufalme wetu, pia ndiye anayehusika na masuala ya ulinzi na usalama katika nchi hii. Huyu wa upande wa kulia kwangu ni mkuu wa chakula cha mwili na roho. Nchi yetu ina baraza la watu watatu. Yaani, mimi ambaye ndiye mwenyekiti wa baraza lile na hawa wenzangu wawili. Kazi yetu ni kumsaidia mfalme.

Ninadhani kwa utambulisho huu mtakuwa mmewafahamu watu mlionao hapa.

Sitakuwa na maneno mengi sana, kwa kuwaupo na muda mrefu kukaa katika ufalme wetu huu mtajua mambo mengi tu.

Baada ya mazungumzo kila mmoja alielekezwa chumba chake. Na kila mmoja alikabidhiwa mtu wa kumsaidia masuala yote anayohitaji. Wasaidizi walikuwa wamebobea sana katika ya mantiki na itifaki. Ni lazima uwe umefikia angalau nyota tatu kuweza kuwa msaidizi wa watu maalumu. Kiwango cha juu kabisa cha ubobezi wa falsafa ya kitu kimoja ni nyota tano. Kwa hiyo ukiwa mbobezi wa falsafa zote za Misri inakubidi uwe na nyota kumi na tano kwa pamoja. Kama mtu ametulia kabisa anaweza akapata nyota moja kwa muda wa mwaka mmoja. Lakini kuanza kusomea nyota hizo ni lazima mtu awe na msingi wa hisabati za maumbo. Vilevile awe anajua nguzo nne za hisabati (kujumlisha, kutoa, kuzidisha na kugawanya).

Hisabati za maumbo hufundishwa kwa watoto waliofikia miaka sita mpaka miaka kumi na minne. Na nguzo za hisabati hufundishwa kwa watoto kuanzia miaka minne hadi miaka kumi na minne. Kuwa na uwezo wa nyota zote kwa wastani unatakiwa kuwa na umri wa miaka ishirini na tisa.

Lakini Nyamhindi alikuwa na umri wa miaka kumi na mitano kwa kipindi hicho amesoma kidogo sana masuala ya hisabati akiwa katika chuo cha Busongo na alipokuana na Gindu. Alipoenda Bunyakole alijifunza hisabati za biashara lakini alikuwa anatumia nguzo za hisabati pasipokujua miiko na uwezo wake.

Baada ya wiki moja Nyamhindi alianza kuzoea mazingira ya huko. Aliamua sasa aanze kufuatilia swala lililo mpeleka kule. Kwanza kabisa alikutana na mkuu wa mji na kuomba aanze kujifunza nguzo za hisabati na kujua hisabati za maumbo. Baadae alimuelezea adhima yake kuu kwenda kule kuwa ni kumalizia kitabu chake.

Mkuu alimweleza kuwa pale utakapoanza kujifunza nyota ya sita ndipo utakapoanza kujifunza kurasa zilizobaki. Maana hatutaki watu wapotee tena kama walivyokuwa wakipotea baada ya kuanza kusoma kurasa hizo pasipo kusoma falsafa ya mantiki. Mimi nitakupeleka kwenye chuo cha hisabati ukakutane na walimu. Kwa kuwa wewe umri wako ni mkubwa sana, utakuwa na mwalimu maalumu wa kukufundisha peke yako.

Nyamhindi aliitikia, kisha kumuaga mkuu wa ule mji na kuondoka kwenda kujiandaa kwa ajili ya masomo yake.

Kesho yake Mkuu wa mji alikuja kumchukua Nyamhindi na kumpeleka kwenye chuo hicho cha walimu waliobobea katika hisabati. Alikutana na mwalimu Tim, kuwa ndiye atakayemfundhisha masomo ya hisabati.

Mama yake Mgoyela alimwita mwanae na kumwambia, unajua sasa hivi umeanza kukua inabidi nikueleze kila kitu ujue. Hivi unamjua baba yako? Mgoyela aliitikia, ndio. Baba yangu anaitwa Masemba. Mama yake akasema, ndio maana nimekuita hapa. Huyu sio baba yako. Unatakiwa ujue hilo. Inatakiwa iwe siri yangu na wewe. Basi Mgoyela akauliza, kama huyu sio baba yangu, baba yangu ni nani sasa? Mama yake akasema wewe kaa ukijua hivyo, hakikisha unakaa mbali sana na huyu Ntemanya asijue chochote kuhusu niliyokuambia leo. Unatakiwa uwe makini sana.

Ila siku moja nitakupeleka kwa baba yako uweze kukutana naye. Na cha mno ni kwamba baba yako mzazi na mimi sio watu wa Busambilo. Kwa hiyo hakikisha unatunza siri hii na asijue mtu yeyote maana wakijua hautakuwa na kitu chochote katika ufalme huu.

Basi Mgoyela alikaa akimsikiliza mama yake kwa makini sana. Mama yake alimeza mate kidogo kisha akaendelea kuongea. Sisi kwetu ni Ngaya lakini baba yako huyu hajui hilo. Anajua mimi ni mtu wa Busambilo. Nilimdanganya kuwa wazazi wangu walikufa ndani ya ziwa. Na yeye aliamini hivyo. Wakati huo nilikuwa na uhusiano na baba yako mzazi. Basi tulikubaliana na baba yako kuwa huyu aweze kunioa maana mke wake alikuwa amefariki.

Unatakiwa uwe makini sana na mambo haya. Baada ya kusema hayo, yule mama aliondoka na kwenda zake.

Baadae Masemba alikuja nyumbani na kumkuta mke wake akilia sana. Masemba aliuliza unalilia nini? Alijibu, unajua nina uchungu sana kwenye moyo wangu kuhusu mwanangu. Ninajua watu wa Busambilo hawampendi kwa kuwa sio mtoto wako mkubwa na ni mtoto wa mama tofauti. Kwa hiyo mtoto wangu hatakuwa na urithi wowote katika familia hii.

Masemba akasema mke wangu usilie unajua mimi ninakupenda sana. Kuhusu mambo haya mbona ni madogo sana. Kwani wewe mke wangu unataka nini?

Mke wake akasema ninataka Mgoyela awe na haki ya mzaliwa wa kwanza na Ntemanya awe mdogo wake.

Masemba akauliza, kwani hilo linawezekanaje mke wangu?

Mbona hilo ni rahisi sana. Kinachotakiwa ni kuandaa mkutano na kuwaeleza watu kuwa kuanzia leo mtoto mkubwa atakuwa Mgoyela na watu wataweka kwenye kumbukumbu zao. Kisa mimi nitakuwa na faraja kubwa sana kutokana na wazazi wangu kufariki na sina ndugu yeyote isipokuwa wewe tu na Mgoyela tu.

Basi Masemba alikubali, na kusema sawa haina tatizo nitafanya hivyo.

Masemba alienda kuonana na baba yake na kuelezea adhima yake ya kumfanya Mgoyela awe mtoto mkubwa. Baba yake alishangaa sana na kusema mbona mambo haya sijawahi kuyaona? Umeyatoa wapi? Maana mzaliwa wa kwanza ni wa kwanza tu huwezi ukabadili kwa kusema.

Masemba akasema, baba mambo yanabadilika ninyi mlienda kwa namna hiyo lakini wakati huu umebadilika. Isitoshe mke wangu huyu wazazi wake wote wamefariki na hana faraja yoyote kila siku analia. Hii itakuwa faraja yake kuu.

Mzee Masanja akasema kwa kuwa wewe umeamua hivyo sio mbaya mimi sina ushauri wowote juu ya hilo. Ni maamuzi yako. Lakini unatakiwa kujua kuwa huwezi kubadili uhalisia kwa kumfurahisha mtu na kumfariji.

Masemba aliondoka kwa baba yake na baadae akamueleza mke wake kuwa baba yake amekubali basi watafanya hivyo.

Masemba aliitisha mkutano wa watu wote wa Nyang'mbe. Watu wengi walikuja kwenye mkutano huo na mkutano ukaanza.

Masemba alianza kwa kusema: "Ndugu zangu mnanifahamu sana. Tumekuwa pamoja kwa muda mrefu. Tumeshirikiana mambo mbalimbali. Leo hii niko mbele yenu kuwaeleza mambo muhimu sana kuhus vizazi tulivyonavyo na vijavyo. Jambo nitakalolieleza leo litaandikwa kwenye historia ya vitabu vyetu vya Busambilo. Na huenda likawa fundisho kwa watu wengine na vizazi vijavyo. Maana najua kila jambo hufanyika ili watu wengine waweze kujifunza na utamaduni unaanzia hapo.

Huenda nikawa sio mtu wa kwanza kuanzisha kitu kipya katika jamii yetu lakini ninaweza kuwa mtu wa kwanza kuanzisha jambo hili katika historia ya jamii yetu. Ninapenda kuwakumbusha kuwa jamii yetu inaishi kwa kupendana, kusaidiana na kufarijiana katika shida.

Kama mnavyojua mke wangu huyu alifiwa na wazazi na ndugu zake wote. Hana mtu yeyote wa kumfariji isipokuwa mimi na ninyi tunaosihi kwa pamoja.

Hivyo basi, sipendi kabisa mke wangu kuyageuza machozi kuwa chakula chake. Kila siku amekuwa akilia kwa uchungu mkubwa sana na kujiona mpweke katika jamii yetu. Ni vyema sana tukatambua kuwa faraja kubwa ya mke wangu ni mtoto wake pekee. Mimi ninaweza nikaondoka muda wowote lakini mke wangu atabaki na faraja yake ambaye ni mtoto wake.

Kwa hiyo nisiwachoshe sana. Nimekaa na kutafakari na kisha kwenda kuongea na baba yangu; na baba yangu ameniruhusu jambo hili kuwa, ninabadilisha uzaliwa wa kwanza, kwamba Mgoyela atakuwa mzaliwa wa kwanza katika familia yangu. Na Ntemanya atakuwa mzaliwa wa pili.

Watu walianza kunong'onezana kila mmoja akiongea anavyoona.

Wengine, mambo haya ni mapya hatujawahi kuyaona, wengine wakisema, kweli sawa, wengine, huenda mke wake anahusika katika hili. Kila mmoja aliongea kutokana na anavyofikiri.

Masemba aliendelea, ndugu zangu tusikilizane. Ninawaomba mnisikilize. Huenda wengine msielewe kabisa, lakini jambo hili nimelifanya kwa faida ya vizazi vyetu vijavyo. Ninajua sasa familia yangu itaishi kwa furaha na faraja kubwa.

Mkutano uliisha na watu walirudi makwao huku kila mmoja akiongea analo ona.

Siku hiyo usiku kulitokea jambo la ajabu sana angani. Nyota mbili zilionekana ziking'aa sana. Moja ilikuwa ikitoa mwanga mweupe na nyingine ilikuwa ikitoa mwanga mwekundu. Zilionekana kushindana kutoa mwanga. Baadae ile iliyokuwa inatoa mwanga mweupe ilipotea ghafla na ile iliyokuwa inatoa mwanga mwekundu ilitoa mwanga mkubwa sana na radi iliunguruma kwa kishindo kikubwa. Kisha wingu zito jeusi lilitanda angani na anga lote likiwa na rangi nyekundu mithili ya damu iliyopakwa kwenye ukuta. Baadaye wingu jeupe lilikuja na kuifunika ile nyota nyekundu, kisha giza nene likatanda kila kona. Watu waliingiwa na hofu kubwa. Baadae ile nyota iliyokuwa ikitoa mwanga mweupe ilioneka na ikitoa mwanga wenye uangavu mzuri sana. Kisha lile giza zito lilitoweka na hali ikarudi kama kawaida.

Watu wengi walishuhudia tukio hilo. Wengine walikuwa wakiuliza hivi tukio hilo lina maana gani katika jamii yetu? Hakuna mtu aliyeweza kuelezea maana ya tukio hilo.

Mzee Masanja alifunga safari kwenda Ikoulou ili kukutana na wazee kuongelea jambo lililotokea usiku.

Wazee walikusanyika. Kila mmoja aliona tukio hilo na hakuna aliyekuwa na jibu la kuweza kuelezea. Maana ni mara ya kwanza kutokea katika maisha yao.

Baadae walienda kuonana na mfalme wao ili kujua kama anajua kitu chochote kuhusu tukio hilo.

Naye hakuwa na ujuzi wa kutambua jambo hilo. Iliwabidi waingie kwenye stoo ya vitabu na kutafuta vitabu vya matukio kama wanaweza kuona tukio la namna hiyo. Walipekuwa vitabu vyote bila kuona chochote.

Walikusanyika tena na kuanza kuulizana tufanye nini sasa. Baada ya kuongea kwa muda mrefu Masanja alisema inabidi tuweze kuonana na Lubala kuhusu jambo hili. Aitwe aje hapa. Kwa kuwa wao wana ujuzi wa mambo haya. Akishidwa, aitwe Gindu tupate ufafanuzi wa mambo haya.

Mjumbe alitumwa kwenda kwa Lubala kumwita ili akutane na wazee.

Lubala alipofika, wazee walikuwa wanamsubiri kwa hamu sana. Walienda moja kwa moja kwa mfalme na kukutana naye. Walienda kwenye ukumbi wa mikutano ili waweze kuongelea jambo hili na kujua maana yake.

Lubala aliwaambia wachimbe mashimo sita na ndani ya mashimo hayo wajaze maji. Kesho yake kunajambo litatokea na hapo watajua waanzie wapi.

Waliyachimba mashimo hayo kwa duara kisha kuyajaza maji. Baada ya kuyajaza maji Lubala alipita na kusema, "sasa tuone maana ya tukio hili."

Asubuhi walionekana fisi watano wakiwa wamekufa huku wakitoa harufu mbaya sana. Lubala aliwambia wazee wawashe moto na kuwachoma wanyama hao.

Wazee walikusanya kuni na kuziweka juu ya hao wanyama kisha kuwasha moto mkubwa kwa aajili ya kuwateketeza. Baada ya moto kukolea sana, ndani ya moto zilionekana sura za watu wakichekelea sana. Zilikuwa ni sura za watu watano huku mmoja akiwa ameketi kwenye kiti kikubwa na amevalishwa taji la kifalme.

Wazee waliduwaa na kushangaa kutokana na kitendo hicho. Wakiwa wanaendelea kushangaa kuna mtu alikuja kutoka Nyang'ombe akiwa amepanda punda mwenye rangi nyeusi.

Punda mwenye rangi nyeusi inaashiria hali mbaya imetokea. Baada ya mzee Masanja kugeuka na kumwangalia kijana huyo, zile sura za watu kwenye moto zilipotea na moto ukaendelea kuwaka kama kawaida.

Baada ya kijana huyo kufika, alionana na mzee Masanja na kumweleza kuwa huko nyumbani Masemba ameugua ghafla na hawezi kuongea anatetemeka tu.

Mzee Masanja aliwaita wazee na Lubala kwenye ukumbi wa mikutano na mfalme akiwepo. Aliwaeleza kila kitu alichoambiwa.

Lubala aliwaambia, inabidi tuongozane wote kuelekea Nyang'ombe. Maana jambo hili naona chanzo chake ni huko.

Walikubaliana na kuanza safari ya kwenda Nyang'ombe. Walikuta watu wengi wamekusanyika kwa Masemba, waliingia moja kwa moja kwenye chumba alichokuwa Masemba. Walimkuta akitetemeka na hawezi kuongea. Mwili wake ulikuwa umekakamaa mithili ya mwanajeshi akiwa kwenye gwaride.

Mzee Masanja aliwaita wazee na kuongea nao kuhusu Masemba alivyo badilisha kwamba Mgoyela atakuwa mtoto mkubwa na Ntemanya atakuwa mdogo wake. Wazee walishangaa sana na kisha wakaenda kumweleza Lubala mambo hayo.

Lubala aliwasikiliza kwa makini sana kisha akasema huenda hapa kuna jambo kubwa sana na bado hatujalielewa. Maana jambo la kufanya mtoto mdogo kuwa mkubwa sio kubwa kihivyo na haliwezi likasababisha matukio yote haya yatokee kwa wakati mmoja.

Lubala alianza kumpatia dawa Masemba lakini kadiri muda unavyozidi kwenda mwili wa Masemba ulizidi kupauka na kutoka upele mwili mzima. Huku joto likizidi kupanda na yeye akizidi kutetemeka sana.

Lubala aliwaambia itabidi tumbebe twende naye mpaka Busongo ili niweze kusaidiana na wenzangu kule maana halii hii inaweza ikazidi sana. Na inabidi tuweze kuagiza mtu aende kwa Gindu amuombe aje ili tushughulikie swala hili.

Mwanangwa wa Busiya alimwambia Milembe kuwa itabidi wewe na Nyamiji muende mpaka kwa mfalme Kapela. Mkifika huko mwambieni kwamba nimewatuma kwa kazi ya uimbaji. Wewe kwa kuwa anakufahamu mwambie kuwa Nyamiji ni mwimbaji mzuri sana. Atatusaidia katika kazi ya uimbaji pale Ikoulou.

Milembe akamwambia siwezi kwenda pekee yangu lazima tuende na Nyanzobe maana nikikaa pekee yangu na Nyamiji sitakuwa na furaha.

Mwanagwa akasema, haina tatizo nenda kamwambie baba yake Nyanzobe na baba yake Nyamiji kuwa mjiandae kwenda huko.

Milembe alifanya kama baba yake alivyomwambia.

Wazazi wa Nyamiji na Nyanzobe walikubali na jioni wote watatu walikutana kwenye mji wa Mwanangwa.

Kesho yake walianza safari kwenda Ikolou. Safari ilikuwa yenye furaha sana maana kila mmoja alihadithia hadithi mbalimbali.

Baada ya siku tatu walifika kwenye mji wa Kapela na kukutana na watu wa pale. Kwa kuwa Milembe anafahamika, mke wa Kapela aliwakaribisha na kuwapeleka kupumzika.

Baada ya mapumziko yao Milembe alimuomba mke wa Kapela kwamba anataka kuonana na mfalme maana ana ujumbe kutoka kwa baba yake.

Jioni, Kapela alirudi Nyumbani na kuonana na Milembe. Milembe alimwambia kila kitu ambacho baba yake alimuagiza.

Kwa kuwa Kapela ameshawahi kusikia habari za Nyamiji, alisema, sawa, lakini ninataka kesho tuweze kumsikia akiimba.

Milembe alienda kumwambia Nyamiji kuwa kesho utakuwa na kazi ya kuimba kwa hiyo ujiandae.

Kesho yake Nyamiji alikuwa amejiandaa. Watu wengi walikusanyika kwenye ukumbi wa mikutano. Huku mtoto wake Kapela, mtoto wa kiume anayeitwa Ntenga alikuwepo pale. Alikuwa amevalia mavazi mazuri.

Mbula, Soji, Ngolo,Bukwimba, Masele na Bugumba wote walikuwepo katika ukumbi ule. Kama kawaida ya Ngolo alianza kuuliza maswali; hivi jamani tumeacha kazi kuja kusikiliza mtu akiimba? Bugumba akadakia na kusema, kwani wewe unajua kuimba? Ngolo akajibu mbona kuimba ni rahisi sana. Wakati hayo yakiendela Masele alikuwa akicheka sana, akasema, tangu utoto wangu sijawahi kumsikia Ngolo akiimba. Ngolo akasema, hujawahi kunisikia!!! Nakushangaa sana hebu muulize Bukwimba mimi nilivyo na sauti nzuri. Masele akasema, eti Bukwimba anavyosema Ngolo ni sawa?

Bukwimba alimjibu kwa mkato; ana sauti nzuri ya kuongea. Bugumba alisema, unaona sasa!! Mimi ninayefahamu anayejua kuimba kati yetu ni Soji tu pekee yake. Soji alisema, hebu jamani msinipe kichwa, mimi nijuavyo, Ngolo anasauti nzuri sana ila hapendi kuimba tu.

Walikuwa wanapendana sana na kushirikiana kwa kila jambo huku utani wa hapa na pale ukiwa umetawala. Mbula yeye alikuwa ni mtu wa kutoa maneno ya busara tu. Yeye huwa anaongea kwenye mambo ya maana na sio kwenye utani. Kwenye utani yeye hucheka tu.

Maonesho yalianza huku michezo mbalimbali ikioneshwa kabla ya Nyamiji kuanza kuimba. Watu wengi walikuwa wanasikia tu habari zake ila hawajawahi kumuona.

Baadae Nyamiji aliingia na kuwasalimia. Watu walizizima kwa vifijo, makofi na vigeregere. Walioweza kupiga miluzi walipiga, walioweza kupiga makofi walipiga, wengine walipiga mayowe kwa kumuona mtoto mwenye sauti nzuri.

Nyamiji alikuwa amevalia nguo zake kwa ustadi wa hali ya juu. Huku uso wake uking'aa kwa mafuta mazuri aliyojipaka, hakika Nyamiji alikuwa amependeza sana.

Nyamiji alianza kuimba wimbo taratibu, wimbo huo ulihusu kupendana na kuacha chuki. Wimbo ule uliwagusa watu wote na kila mmoja aliweka mkono wake kifuani akiashiria kupenda.

Baada ya wimbo huo wa taratibu aliimba wimbo kwa kipindi hiki tunaweza kusema 'zuku' lakini wenyewe waliita 'beni'. Watu walisimama huku wameshikilia vitambaa vyeupe mikononi na kucheza kwa kuzunguka huku wakipeperusha juu vitambaa vyao.

Watu walifurahi sana na kila mmoja alikuwa akicheza kwa kunesa nesa huku akiwa amemshikiria jirani yake kwa mkono mmoja. Kweli siku ile ilikuwa ya kipekee maana watu walifurahi, furaha isiyo na kifani.

Watu walipita mbele na kila mmoja akimwagia zawadi aliyoona. Nyamiji alifurahisha sana watu katika ukumbi ule. Watu walijipanga mistari miwili wanawake mbele na wanaume nyuma na kuanza kucheza huo mchezo wa 'beni'.

Baadae maonesho yalimalizika na kila mmoja akimmwagia sifa kede kede Nyamiji. Nyanzobe na Milembe walienda kumkumbatia na kuondoka nae. Walinzi walizikusanya zawadi na kuzipeleka sehemu husika. Kisha baada ya maonesho hayo Milembe aliwachukua wenzake na kurudi kwa Kapela.

Usiku ule Kapela aliwaita Milembe, Nyazobe na Nyamiji na kuwaeleza kuwa sasa nimemsikia huyu binti. Kweli anaimba vizuri sana lakini huwezi ukawa mwimbaji moja kwa moja kwa mfalme. Ni lazima kwanza uende chuo ukajifunze masomo mbalimbali na kisha uje uanze kuimba. Na unatakiwa uweze kufaulu masomo. Sasa basi mtaondoka kwanda Busongo na huko mtaanza kujifunza masomo mengi kuhusu Busambilo na maarifa ya kila aina. Mtaondoka na Mwanangu wa kiume kwa sababu yeye ni mkubwa kidogo kwenu hivyo atakuwa kama kaka yenu.

Kisha mfalme aliagiza watu waweze kumwita Ntenga.

Baada ya Ntenga kufika alimueleza kuwa wataondoka kwenda chuo kusoma na huko watajifunza vitu vingi na kuwa ataongozana na Milembe, Nyanzobe na Nyamiji. Ntenga alikubali kisha Kapela aliondoka na kuwaacha wakiongea pamoja.

Ntenga alikuwa anapenda sana kuvaa vizuri na kuwa safi kila wakati. Sauti yake nzito na mwenye kujiamini sana.

Baada ya siku kadhaa walianza safari kwenda Busongo kwa ajili ya kusoma ili baadae waweze kuwa karibu na mfalme. Na zaidi sana Nyamiji aweze kuwa mwimbaji wa mfalme. Njiani waliongea vitu vingi sana kila mmoja aliongea ndoto zake.

Nyamiji alisema mimi ndoto yangu ni kuolewa na mfalme. Kwa kweli nitafurahi sana ikitokea nimeolewa na mfalme. Nyanzobe akasema kwa hiyo unatakiwa usome na ufaulu ili uweze kuolewa na mfalme. Usipofaulu hutaweza kuolewa. Nyamiji alisema nitajitahidi sana kufaulu.

Baada ya siku mbili walifika chuoni. Kwa kuwa Ntenga anajulikana walipokelewa na kuonesha barua waliyopewa.

Walikaribishwa na kuoneshwa vyumba vyao vya kulala. Hakika chuo kile kilikuwa kikubwa sana. Kilikuwa na wanafunzi wengi mno tofauti na chuo chao cha nyumbani. Kama kawaida, wanafunzi walikuwa wakionesha mbwembwe mbalimbali.

Baada ya miaka mitano kupita, Masemba alikuwa hawezi kuongea tena kwani alikuwa akitumia ishara tu. Uwezo wake wa kuongea ulipotea kabisa na Mgoyela ndiye aliyekuwa mmiliki wa mali zote za Masemba.

Lubala na Gindu walishindwa kuelewa maana ya ishara ile. Walitakiwa kuwa na kitabu ambacho kwenye ukurasa wa therathini na moja ndio ishara hiyo inaweza kuelezeka.

Umri wa Masanja ulizidi kumtupa mkono na uwezo wa kutunza kumbukumbu ulianza kupotea. Maisha yalianza kubadilika siku baada ya siku huku watu wa Ngaya wakizidi kujiimarisha pasipo watu wa Busambilo kujua.

Nyamiji aliambiwa kuwa akifika amtafute mama yake Mgoyela maana yule kiongozi wao ndiye baba yake Mgoyela. Nyamiji aliweka kichwani mwake jina la Mgoyela.

Masomo yao yaliendelea kusonga mbele huku Nyamiji akiendelea kutunga nyimbo na kuimba.

Kule Ngaya mipango ilikuwa ikisukwa kila kukicha kuhakikisha wanatimiza adhima yao.

Tayari Nyamiji alikuwa ameshajifunza mpaka kufika kwenye uchawi wa kiwango cha pili. Alikuwa ameweza kujifunza kilimo na utunzaji wa mazingira. Hakika Lubala alikuwa akikiongoza vizuri sana chuo hicho.

Ukaribu wa Ntenga na Nyamiji ulizidi kukomaa siku hadi siku. Kila sehemu Nyamiji akienda na Ntenga alikuwa karibu. Walianza kupendana na kuwa marafiki wa karibu sana. Walikuwa wakishirikishana mambo mbalimabli huku Ntenga akimweleza mambo mengi kuhusu familia yao.

Alimwambia habari za ndugu na binamu zake wote, aliwataja kwa majina na sehemu wanapo kaa. Alimweleza ndugu wote kutoka kwa Babu yake ambaye alikuwa mfalme wa Busambilo. Vile vile alimweleza habari za ndugu zake kutoka kwa Babu yake Masanja. Aliwataja kwa majina kuwa babu yake alifanikiwa kuzaa mtoto mmoja tu na yule mtoto alifanikiwa kuwa na watoto wawili ambao ni Ntemanya na Mgoyela.

Baada ya Nyamiji kusikia jina la Mgoyela alishituka kidogo. Ntenga akauliza, kwa nini umeshituka? Nyamiji akasema sijawahi kusikia jina kama hilo ndio maana nimeshituka. Aliendelea kumwambia kuwa kuna binamu yangu mzuri sana anaitwa Nyamhindi ukimuona utachanganyikiwa ni mzuri sana na anajua sana kupika. Ila yeye ni mkubwa kidogo kwani ananizidi umri.

Ntenga aliendelea kusema ninamenda sana, lakini alishasafiri kwenda mbali sana sijui kama itatokea nionane na ndugu yangu huyu.

Nyamiji akasema utamuona tu kwani ameenda kufanya nini huko? Ntenga alimjibu, ameenda kusoma maana alichukuliwa na babu yangu Masanja na kupelekwa kusoma. Na yeye alishasoma katika chuo hiki. Ukiwauliza walimu watakuambia habari zake.

Hadithi za Ntenga zilinoga kiasi cha kumfanya Nyamiji atulie tuli akimsikiliza. Waliendelea kupiga hadithi za hapa na pale huku wakicheka na kuonesha nyuso za furaha.

Nyamiji akikutana na Milembe na Nyanzobe alikuwa akiwasimulia habari nyingi sana kuhusu Ntenga. Milembe alikuwa akimweleza kuwa, jitahidi sana kuwa karibu naye huenda siku moja ndoto yako ikatimia. Si unajua kuwa Ntenga ni mtoto wa kwanza wa mfalme wetu? Kwa hiyo jitahidi kuwa mtu mwema kwake.

Siku moja msimamizi wa wale watu waliotoka Ngaya alikuja kumtembelea Nyamiji pale chuoni. Nyamiji alienda kuonana naye. Kisha walianza mazungumzo kuhusu hatua zilipofikia.

Alianza kwa kumwambia kuwa unajua wewe ndiye mkombozi wa taifa letu. Kwa hiyo unatakiwa kuwa makini sana kwa mambo unayoyafanya. Maana tukishindwa kutimiza lengo letu, hakika tutakuwa tumeliangusha taifa letu zima. Kumbuka kuna ndugu zako wengi sana umewaacha wakiwa na shida nyingi. Huku sisi tunakula na kusaza. Hakikisha kila unalolifanya unalifanya kwa kuangalia taifa lako. Na ukumbuke kuwa lengo letu huku ni kuhakikisha tunauangusha utawala huu na hatimaye tunatawala sisi.

Ni vyema ukakumbuka haya yote ninayokuambia leo. Maana hizi ni hatua muhimu sana. Halafu kumbuka kuwa kila nafasi unayoipata jitahidi kuitumia kwa kiwango cha juu sana ili kila mtu wa huku akuamini. Na baada ya kuaminiwa itakuwa rahisi sana sisi kupitia kwako na kuweza kuliangamiza taifa hili na kuwa chini yetu.

Nyamiji alimweleza msimamizi kuwa; nimesikia habari za kuhusu Mgoyela kuwa ni ndugu yake na Ntenga. Kwa hiyo mimi nifanye nini sasa kuhusu jambo hili? Na je, anafahamu kuwa yeye sio mtu wa Busambilo?

Msimamizi alisema, kwanza hiyo ni hatua moja muhimu sana. Kama ninavyokuambia kila siku kwamba jitahidi kutumia akili na sio papara na hisia za ajabu. Kila jambo linatakiwa liende kwa hatua. Hutakiwi kukatisha. Kwanza ninafurahi sana wewe kujua kuwa Mgoyela yupo katika jamii ya Busambilo. Unatakiwa ujue kuwa huyo ndiyo ndugu yako. Mimi ninamakubaliano na mama yake kuwa aolewe katika jamii hiyo. Mwanzo tulikuwa na makubaliano ya kupata mali tu. Lakini kwa kuwa sasa hivi yupo kwenye makubaliano ya kitaifa; nitafunga safari kwenda kumtafuta ili nionane nae. Maana ni miaka mingi sasa hatujaonana.

Nyamiji alikitikia huku akitikisa kichwa chake kwa kukubali. Basi baada ya mazungumzo, muhimu Nyamiji aliwaita Milembe, Nyanzobe na Ntenga ili kumuona. Nyamiji aliwaambia njooni mumsalimie baba yangu. Walienda kumsalimia kisha Ntenga alijitambulisha na kutaja jina lake. Baadae aliwaambia mimi sikai sana nilikuja kwa haraka tu kisha nitarudi. Jitahidini sana kusoma ili baadae msaidie taifa.

Aliwaaga na kuondoka zake. Alisafiri kutoka hapo Busongo na kuelekea Nyang'ombe kwa ajili ya kwenda kumtafuta Mgoyela.

Baada ya kufika kule alikutana na kijana mmoja, na kuulizia kwa mzee Masanja. Kijana alimwelekeza, naye akaenda huko alikoelekzwa ili kukutana na mzee Masanja. Alijitambulisha kuwa ametoka Busiya na alikuja kumsalimia mtoto wake kule chuo. Aliona haitakuwa vizuri kama hatafika kumpa japo salamu.

Mzee Masanja alimkaribisha, akamwita mke wake na kumueleza habari za mgeni huyo. Mke wake alifurahi sana kukutana na mzazi wa mtoto anayejua kuimba vizuri sana. Kwa sababu mtoto wake alikuwa anajulikana, Masanja akaona itakuwa si vyema kama hawatawaita watu waje kupata chakula kwa pamoja.

Watu walikusanyika. Wande mke wa Masemba pia alikuwepo. Baada ya Wande kumuona alishangaa sana. Watu walipata chakula cha jioni pamoja kama kawaida yao huku wakifurahi. Kila mmoja alileta chakula kadiri na anavyoweza. Ngoma mbalimbali zilichezwa na watu walifurahi sana.

Wande alienda kuongea na Nshoma kwamba anaomba mgeni aende kumtembelea nyumbani kwake maana kuna zawadi anataka ampelekee Nyamiji. Nshoma akaona sio vibaya akaenda kuongea na Masanja kuhusu jambo hilo. Masanja alikubali.

Wande alienda kuonana na mgeni huyo. Baada ya kuonana walifahamiana lakini hawakuzungumza chochote kwa sababu watu walikuwepo. Kila mmoja alijifanya hamfahamu mwenzake.

Wande alimchukua mgeni na kuelekea nyumbani kwake. Nyumbani palikuwa na Ntemanya lakini Mgoyela hakuwepo. Wande alimwambia Ntemanya aende kumwita Mgoyela maana kuna mgeni.

Baada ya hapo Wande akamwambia, vipi, za siku? Naye akajibu nzuri tu mrembo wangu unazidi kunawili. Mhu! Wewe acha tu mambo huku yanaenda vizuri na hakika mipango tuliyoipanga inaenda vizuri.

Tayari Mgoyela amepewa mali zote na sasa hivi ni wewe tu. Unajua sisi watu wa Ngaya tuna hali mbaya sana.

Mgeni alisema, Wande mambo ya mali ni madogo sana. Kunajambo kubwa sana tumetumwa na nchi yetu huku. Tumetumwa kuja kupindua nchi hii ndio maana tunatafuta kila namna kuingia kwenye ukoo wa mfalme. Nyamiji tumemfundisha kwa mpango maalumu na kwa kuwa wewe upo tayari kwenye mtandao wa mfalme inabidi utusaidie kwa nguvu zako zote.

Kwa hiyo basi sisi tuliotumwa huku tumekuja kwa lengo maalumu, sasa inatakiwa tuwe makini sana na mpango wetu ili uende kwa umakini wa hali ya juu. Mtoto wetu huyu Mgoyela tuhakikishe anateuliwa kuwa mshauri wa mfalme na Nyamiji tufanye kwa namna yoyote ile aweze kuolewa na mtoto wa Kapela. Unajua yeye ndiye aliye na uwezo wa kurithi.

Ntemanya hakuweza kufika mbali na mazungumzo yote hayo aliyasikia. Hakuweza kuondoka kwenda mbali maana alimuona kwa mbali Mgoyela akija. Kwa hiyo mazumgumzo yote aliyasikia.

Waliendelea si unajua ule mpango wetu tulioufanya wa kuweza kumuua mke wake Masemba? Wande akasema kwa kweli ninakumbuka aise wewe ni mjanja sana mpaka nakuogopa mipango yako yote hufanikiwa.

Unatakiwa uelewe sasa tumeingia katika hatua ya kutetea taifa letu. Ni muhimu sana kuwa makini na hatua hizi.

Baada ya Mgoyela kukaribia Ntemanya alimfuata na kumwambia unaitwa nyumbani na mama.

Waliongozana huku Ntemanya akiwa amesikia mazungumzo yote. Na hakuwa na kitu cha kufanya maana alikuwa akimuogopa sana mama yake jinsi anavyofanya. Kwahiyo alikuwa anaishi maisha ya wogawoga sana. Ilimlazimu kukaa kimya pasipo kusema jambo lolote.

Masemba alikuwa ndani hawezi kusema lolote anafanya vitu kwa ishara. Mgeni aliingia ndani na kumuona Masemba amekaa kwenye kiti na hawezi kuongea tena. Alikaa na kumpungia mkono kama ishara ya kumsalimia.

Baadae Wande alimwita mgeni na Mgoyela pembeni ili waweze kuongea mazungumzo yao. Wande alianza; unajua Mgoyela huyu ndio baba yako sasa niliyekuwa ninakuambia. Huyu ndiye baba yako mzazi kwa hiyo sasa umeanza kukua inabidi umsaidie baba yako katika mambo yote atakayokuambia. Kuanzia leo huyu ndiye utakayemsikiliza kwa kila jambo.

Wande alimwambia mgeni aendelee. Sawa kabisa kwanza kabisa ningependa nijitamburishe jina langu. Jina langu ninaitwa Mpuya. Mimi ndiye baba yako. Ninajua mama yako ameshakueleza kuhusu mimi. Na unajua sisi sio wenyeji wa Busambilo. Kwa hiyo basi kuna mambo ya muhimu sana unatakiwa ushirikiane na mimi kuhakikisha tunakamilisha lengo letu.

Kwanza kabisa kuna ndugu yako yupo chuo anaitwa Nyamiji. Yeye amejipatia sifa kubwa sana ya uimbaji. Sasa inatakiwa muungane ili kuweza kupambana na watu hawa waliotutesa muda mrefu sana.

Mgoyela alisema kweli nimeshawahi kusikia habari za huyo mwimbaji lakini sikujua kama ni ndugu yangu. Mpuya alisema, basi kuanzia leo utambue huyo ni ndugu yako na lengo kubwa tulilonalo ni kuhakikisha wewe na yeye mnaingia kwenye utawala utakaofuata katika nchi hii. Si unamfahamu Ntenga? Mgoyela akasema ndio ninamfahamu. Sasa hakikisha unakuwa karibu naye na uwe mshauri wake wa karibu.

Kwa sababu hiyo, unatakiwa ufunge safari kwenda Busongo kumsalimia. Ninauhakika kuna mambo mengi mtaongea nae. Ila msisitize kwamba awe karibu sana na Nyamiji. Nitakufundisha mbinu nyingi tu za kuweza kumweka karibu. Halafu jambo jingine kwa sasa, acheni kumchukia Ntemanya. Muwe naye karibu. Katika safari hii inabidi muondoke wote kwenda kumsalimia Ntenga. Lakini lengo lako kubwa ni kwenda kuonana na Nyamiji ili mfahamiane, na Nyamiji atakueleza mambo mengi sana maana yeye ameanza kuwa mtaalamu wa mambo mengi.

Kikao chao kiliisha. Wande alimwandalia Mpuya sehemu ya kulala. Mgoyela alielekea kwenda kulala kwenye nyumba yake.

Mipango kabambe ilisukwa na siri kubwa ilitawala. Mgoyela alifundishwa sana na mama yake kutuna siri. Kwa hakika alikuwa anatunza siri.

Nyamhindi aliyamudu masomo kwa hali ya juu sana. Alielewa haraka sana Nguzo zote za hisabati na hisabati za maumbo. Alikuwa amemaliza kujifunza Masomo ya falsafa ya mantiki na kupata nyota tano. Watu wa Misri walishangaa sana uwezo wa hali ya juu alionao Nyamhindi.

Falsafa ya mantiki inahusika na kufikiria na kutatua mambo. Inahusika na kuijenga akili na kuifanya iwe na uwezo wa kutafakari kwa kina, kutoa majibu ya busara na kusaidia pande zote ikitokea zinashindania jambo. Falsafa hii inahusika na kujenga ustaarabu katika jamii. Watu wengi waliojifunza falsafa hii huwa na uwezo wa kusimamia na kuelekeza watu namna ya kufanya mambo. Vilevile husaidia sana kufumbua mafumbo yaliyojificha kuhusu ulimwengu.

Nyamhindi baada ya kumaliza na kupata Nyota tano alichukuliwa na kupelekwa sehemu tofauti kwa ajili ya kuanza kujifunza kurasa zilizobaki katika kitabu kile.

Tayari alikuwa ameshakuwa msichana mkubwa sasa na urembo wake unazidi kuonekana. Masomo yalizidi kupamba moto.

Sasa alianza kufundishwa mambo ya ulimwengu usioonekana. Alifundishwa ulimwengu wa pili na namna ya kuweza kwenda kwenye ulimwengu ule. Walimu walijitahidi sana kumfundisha neno kwa neno na maana ya maneno yaliyomo kwenye kitabu hicho.

Baada ya miaka saba Nyamhindi alikuwa amejifunza vitu vyote na kumaliza kukisoma kitabu kile. Baada ya kumaliza kukisoma kile kitabu aligundua kuwa kuna nyota inayong'aa ameibeba na anatakiwa aitunze. Nyota ile itakomboa mataifa mengi na kuyafanya yaishi kwa furaha. Ile ni Nyota ya Magharibi na baada ya kukiangalia vizuri kile kitabu aliona kimeunganika na kitabu kingine ambacho hana. Kitabu kile ni kitabu cha majira. Ni kitabu kinachoeleza majira ya sasa na yajayo. Alikuwa amejifunza namna ya kusoma majira na hakuwa na kitabu hicho maana hutunzwa Buhungukila na yeye wakati huo alikuwa nchi za mbali.

Alijua kabisa yeye ndiye mbeba Nyota ya Magharibi lakini ilikuwa vigumu kujua majira yapi Nyota ile itang'aa.

Kwa kuwa alikuwa amefundishwa namna ya kuita ulimwengu wa roho ili kutafuta ukweli ya jambo linalotatiza. Ilimbidi aende mtoni wakati wa usiku ili ajue majira yaliyopo sasa ni yapi.

Alipofika kwenye mto alijilaza chali pembeni ya mto huku akiwa anatazama anga. Ghafla wingu zito lilitanda angani nyota nyeupee! ilitoka Mashariki na kusimama katikati. Ile nyota ilikuwa inang'aa sana. Baada ya muda mfupi kuna nyota ilianza kujitokeza upande wa Kusini. Nyota ile ilikuwa tofauti kabisa na nyota zote angani maana ilikuwa inatoa mwanga wenye rangi nyekundu. Kadiri inavyosogea katikati, mwanga wake pia uliongezeka na ile nyingine mwanga wake unafifia. Nyota ile iliyotokea Kusini ilifika katikati na kuimeza ile nyota ya Mashariki. Anga lote lilitanda rangi nyekundu.

Baadaye msitari wa duara wenye rangi ya dhambarau ulijichora. Baadae anga lilirudi na kuwa la kawaida.

Nyamhindi alielewa sasa kipindi hiki ni kipindi cha Nyota ya Kusini kuinuka na kuweza kutesa watu wake. Na kwasababu alifundishwa Mantiki na Metafizikia alijua kabisa jambo hilo lazima litokee maana tayari makosa yameshafanyika na hukuna anayeweza kuyatatua. Kosa hilo limefanyika ndani ya ufalme kwa kuacha kufuata utaratibu uliowekwa na wazee. Ni kwamba watu wanakuwa ni wepesi wa kuweza kufanya jambo pasipo kujua kwa nini jambo lile amelikuta lipo vile.

Gharama ya kurejesha pale palipokosewa inakuwa kubwa sana ukilinganisha na maamuzi ya haraka yanayochukuliwa.

Hakika Nyamhindi aligundua kabisa kuwa nyumbani hali sio shwari na tayari utawala wote umeanza kuwekwa mikononi mwa adui. Sasa anatakiwa awe makini sana maana akijaribu kufanya lolote anaweza akajikuta anaangamiza ndugu zake na kupoteza maana yote yake kusoma kwa muda mrefu.

Nyamhindi alirundi kwenye nyumba yake huku akiwa na mawazo mengi sana kichwani kwake. Baadae aliwaza mambo mengi sana na kuanza kumkumbuka Mama yake, Baba yake na Ntemanya. Aliona ni namna gani wameingia kwenye mtego wa adui pasipo wao kujua. Alilia sana na kusema kwa nini sasa nilichelewa kujua haya. Kwa nini yamefumbwa hivi? Alijiuliza maswali mengi sana pasipo majibu. Alikumbuka maneno ya walimu wake walivyokuwa wakimfundhisha kuwa kuna makosa mengi sana yaliyokuwa yakifanyika na watu walikuwa wanashindwa kumaliza kujifunza kitabu hiki. Kwa hiyo kama angekuwepo mtu aliyesoma na kukimaliza kitabu basi mambo hayo yasingetokea.

Aliwaza sana kuhusu Lubala. Ni kweli ameshindwa kujua na kugundua mambo gani yanatokea!! Pamoja na Gindu wote hao wameshindwa.

Baada ya kuwaza sana alipitiwa na usingizi. Ndani ya usingizi aliota ndoto moja kwamba, alikutana na mtu mmoja akimwambia. Unajua Nyamhindi Lubala alifanya makosa makubwa sana. Kuna dalili ilionekana ya wazi kabisa na ilikuwa ndani ya uwezo wake. Yeye alitaka kuonesha sifa kuwa yeye ana uwezo wa kufanya mambo makubwa. Lubala alisaidia kukamilisha utawala huu. Baada ya kutokea ishara ya nyota angani hakutakiwa kuchimba mashimo na kumwagia maji. Kitendo alichokifanya ni kubariki tukio lililotokea la kumfanya mtoto mkubwa kuwa mdogo.

Kwa hiyo tukio hilo lilibarikiwa. Na siri kubwa iliyopo ni kwamba yeye aliye mfanya mtoto mdogo kuwa mkubwa ni yule yule anayeweza kufungua kifungo hicho. Anatakiwa aende pale pale alipotangazia kuhusu kumbadilisha mtoto mdogo kuwa mkubwa. Na yule mtoto mdogo siye mtoto wake wa damu. Kwa hiyo hakuna namna yoyote ile maana ni agano na lilibarikiwa na Lubala.

Baada ya kutoka usingizini, ndoto yake yote alikuwa anaikumbuka na pale alingudua kuwa jambo hilo limefanyika ndani ya ukoo. Na hajui sasa ni nani aliyemfanya mtoto mdogo kuwa mkubwa. Lilibaki fumbo zito tena kwake na alihitaji maelezo ya kina. Alienda kukisoma kitabu tena kwa undani aligundua yeye ni mbeba nyota tu na yeye sio nyota yenyewe. Kwa hiyo anatakiwa kuwa makini sana na kujilinda kwa hali ya juu ili asije akajikuta anakosea na kusababisha matatizo makubwa zaidi.

Baadae alipata wazo la kwenda nyumbani japo aende akaone mambo gani yanaendelea.

Wazee wote walikuwa wameshafariki. Umri wa Kapela ulianza kuwa mkubwa. Ntenga na wenzake walikuwa tayari wameshamaliza masomo yao ya chuo na kuendelea na Mambo mbalimba. Mgoyela alikuwa akimshauri Ntenga kila wakati kwamba aweze kumuoa Nyamiji.

Siku moja Ntenga na Mgoyela walifunga safari kwenda mpaka Busiya kuonana na Nyamiji. Lengo la Ntenga ni kwenda kumwambia kuwa anampenda na anataka awe mpenzi wake. Hakika safari yao ilikuwa yenye furaha na baada ya siku mbili hivi wakawa wamefika. Walienda moja kwa moja kuonana na Mwanangwa na walipo fika walipokelewa na Milembe. Walipiga hadithi za hapa na pale na kukumbushana habari za chuo. Mgoyela akiwa anawasikiliza tu.

Baadae Ntenga aliomba Nyamiji aitwe ili waonane maana ana shida naye. Milembe hakuwa na hili wala lile alienda kumwita.

Baada ya Nyamiji kufika walisalimiana na kupeana michapo ya hapa na pale. Baadaye Ntenga alimwita Mgoyela na kumwambia unajua tumezoeana sana na tuna taniana naye sana. Ninaogopa kumwambia chochote ninakuomba unisaidie. Mgoyela akasema, kaka wala usiogope nitaongea naye si unajua mimi na wewe ni kitu kimoja.

Walirudi na kuendelea na mazungumzo. Muda kidogo Mgoyela alimwita Nyamiji pembeni wakaanza kuongea. Sasa dada, huu ndio wakati wenyewe sasa unajua mpango wa kutawala ndio huu. Ntenga anataka wewe uwe mke wake. Sasa usifanye makossa. Kwanza leo lazima mwende wote sehemu, sawa? Nyamiji akasema mimi ninalijua hilo na ndio mpango wetu kuja huku. Kwa hiyo na wewe usifanye makosa maana hapa ndio penyewe.

Mgoyela na Nyamiji walirudi na kuketi. Kisha Ntenga alimuuliza Mgoyela kwa ishara. Na Mgoyela alijibu kwa ishara kuwa kila kitu kiko sawa.

Baadaye Ntenga na Nyamiji walitoka ili kutafuta sehemu wanayoweza kukaa wawili tu. Walipata. Nyamiji alimchanganya sana Ntenga, Aliamua kuwa kuanzia siku ile Nyamiji awe mke wake.

Muda wa jioni alirudi na kuonana na Mgoyela. Alimweleza kila kitu kuhusu kilichotokea, kuwa ameamua, huyo msichana awe mke wake kabisa na akifika nyumbani atamtaarifu baba yake kuwa anataka kuoa. Mgoyela akasema, wala usiwe na hofu na tena mnapendezana sana wewe mfalme na yeye mwimbaji itakuwa raha sana. Halafu wote mmesoma. Anayeweza kuwazuia basi atakuwa ni kichaa.

Safari yao ya kurudi nyumbani iliwadia. Walianza safari na kufika salama. Alipofika nyumbani tu, alienda kuonana na baba yake na kumwambia ninataka kuoa. Baba yake alimwambia, mwanangu, suala la kuoa ni zuri sana, lakini unatakiwa utulie kwanza maana ni mwezi mmoja tu tumekuwa na misiba mfululizo. Babu yako Masanja, Bibi yako Nyandalo, Bibi yako Nshoma na Shangazi yako Mbula. Ni vyema ukakaa kidogo japo miezi mitatu. Yule msichana yupo tu hataenda popote maana mnafahamiana. Ntenga akasema sawa baba lakini miezi mitatu ni mingi sana basi ninaomba utume watu wakamlete ili aje akae hapa. Kapela akasema, mwanagu ninajua kabisa una hamu ya kuoa umevumilia mangapi hata ushindwe kuvumilia miezi mitatu tu? Halafu tukimleta na kukaa hapa haitakuwa picha nzuri kwenye jamii yetu. Ntenga alikubali.

Aliona haitakuwa vizuri kama hataenda kumwambia ndugu yake Ntemanya kuhusu suala lake la kuoa. Alifunga safari wakiwa na Mgoyela kwenda kumpa taarifa hiyo. Walipofika walionana na Wande kisha kwenda kumsalimia Masemba chumbani kwake.

Ntenga alimwita Ntemanya pembeni na kumweleza hatua yake aliyofikia. Ntemanya alisema, wewe ni ndugu yangu, wa damu na ninakupenda sana nakusihi uwe makini sana na maamuzi yako. Usifanye makosa aliyoyafanya baba yangu. Kama mimi ningekuwa wewe ningeachana na suala la kuoa huyo mwanamke. Ntenga alichukia sana kuhusu majibu ya Ntemanya. Akasema ndio maana Mgoyela alikuwa anakuchukia kumbe una roho mbaya hivi!!! Kuanzia leo mimi na wewe tusisogeleane.

Ntemanya akasema wewe ni ndugu yangu. Ntenga akasema sawa wewe ni ndugu yangu lakini sitaki kushirikiana na wewe katika jambo lolote. Hunifai. Tena sitaki kusikia sauti yako na leo iwe mwisho kuonana na mimi. Siku umekufa ndio nitakuja kukuona.

Ntemanya alikosa mtu wa kumwambia mbinu zinazotumiwa. Alitegemea labda ndugu yake angeweza kumsikiliza. Lakini badala yake alijitenga kabisa na ndugu yake. Ilimbidi akae kimya pasipo kumwambia mtu yeyote mpango unaofanywa chini ya uvungu.

Ntenga alirundi akiwa na hasira sana. Mgoyela alimuuliza, vipi kaka mbona una hasira sana? Yaani we acha tu ndio maana baba mdogo alikuweka wewe kuwa mtoto mkubwa. Huyu ndugu yetu huyu akili zake sio muda mrefu zitapotea. Eti ananiambia niachane na Nyamiji; au anamtaka? Mgoyela akasema atamuweza Nyamiji? Yeye mwenyewe kwanza hajasoma. Akili zake zake zinajua kulima na kuwinda tu. Mambo mengine hajui kabisa.

Mgoyela na Ntenga waliondoka na kurudi Ikoulou.

Walirudi na kwenda moja kwa moja kwa baba yao mdogo Masela na kumueleza adhima yake ya kutaka kuoa. Masele aliwauliza, kwali ninyi vijana mnampango wa kuoa au mnataka kutupotezea muda? Ntenga akasema, kweli baba mimi nipo tayari kabisa na huyo mwanamke nimempenda sana. Masele akauliza, kitu gani sasa kilichokufanya ukampenda? Baba huyu msichana tumezoeana nae sana tangu tukiwa chuo na itapendeza sana nikiwa na mwanamke muimbaji na sauti yake hiyo nzuri. Masele aliuliza tena, kwani umeongea na baba yako naye amesemaje? Nimeongea nae amesema nisubiri miezi mitatu. Sasa subiri hiyo miezi mitatu.

Masele na Bundala kazi yao ilikuwa ni kufundisha wanajeshi namna ya kupambana na adui. Kama kawaida ya Masele, yeye ni mahiri wa kurusha mishale na kucheza na upanga. Yeye hakupata muda wa kuwa na mke maana maisha yake yote yalikuwa kupigana na kufundisha mbinu mbalimbali za ulinzi.

Baada ya miezi mitatu kupita maandalizi ya kuoa yalianza kufanyika. Sherehe kubwa iliandaliwa. Watu kutoka sehemu mbalimbali walialikwa kwenye sherehe hiyo. Lubala na Gindu walialikwa pia.

Kweli sherehe hiyo ilipendeza sana. Lakini Ntemanya hakwenda kwenye sherehe hiyo maana aliambiwa kuonana Ntenga ni siku wa kifo. Nyamiji alikuwa amevaa mavazi mazuri sana na kusema kweli alipendeza.

Siku ile ya sherehe, Nyamhindi naye alikuwa akiwasili kutoka alikokuwa ameenda. Yeye hakwenda moja kwa moja Ikoulou. Alipita Nyang'ombe. Alipofika, mji wote ulikuwa kimya. Hakuna mtu yeyote aliyekuwepo. Alijaribu kupiga hodi ili kujua kama kuna mtu. Hakuna mtu yeyote aliyeweza kujibu. Aliamua kwenda kutembea kidogo huku akiacha mizigo yake. Baadae alikutana na watu wawili wakizungumza. Aliwaita na kuwaulizia kuhusu Mzee Masanja. Watu wale walishangaa sana na kumuuliza kwani wewe ni nani kwanza? Akasema mimi ni Nyamhindi mtoto wa Soji. Wewe unatudanganya ina maana huna taarifa au wewe ni mpelelezi umetumwa na watu wa Ngaya? Hapana. Wakati wanaendelea kurumbana Ntemanya nae alikuwa akipita kwa mbali huku baadhi ya maneno akiyasikia.

Kwa kuwa Nyamhindi alikuwa na uwezo mkubwa sana hakutaka kuuonesha uwezo wake maana hao ni watu wa jamii yake. Kwa hiyo wakataka kumkamata. Akaongea kwa sauti ya juu, mimi ni Nyamhindi mtoto wa Soji niacheni. Nendeni zenu. Nitatafuta namna nyingine. Ntemanya alisikia sauti hiyo ikabidi aende kuonana na watu hao waliokuwa wakitaka kumkamata mwanamke. Alitaka kujua kama yule msichana aliyekuwa anaongea ni Nyamhindi kweli. Baada ya kukaribia aliwaambia ninyi hebu achaneni na huyo dada. Wakasema huyu ni mpelezi maana maswali anayo uliza yanaonesha kuwa hajui matukio gani yametokea kwenye mji huu miezi mitatu iliyopita. Ntemanya akasema, sawa. Lakini ninataka nimuone kwanza maana ametaja jina la ndugu yangu ambaye tumepotezana naye miaka mingi sana.

Nyamhidi kusikia hivyo aligeuka ili kumuona anayeongea maneno yale. Kugeuka tu uso kwa uso na Ntemanya, Nyamhindi alimkimbilia na kumkumbatia. Alimuuliza, ndugu yangu ni mambo gani yametokea mbona kimya sana? Ntemanya akasema, wewe ulisema utakuwa mama yangu. Huku machozi yakimtoka. Sina mtu wa kumweleza ninashindwa nifanye nini. Twende nyumbani nitakuambia kila kitu. Baada ya kuona kumbe huyo msichana anafahamiana na Ntemanya, wale watu waliondoka na kuendela na safari yao huku wakipeana michapo ya hapa na pale.

Baada ya kufika nyumbani Ntemanya alichukua mizigo na kuiweka ndani kisha wakaketi. Ntemanya alisema ninashindwa nianze na jambo gani maana amebaki mtu mmoja tu wa kumwamini; yaani ni wewe. Wewe usipo niamini basi maisha yangu ya hapa duniani yatakuwa ya shida. Ngoja nianze na jambo lililotokea hivi karibuni. Alimweleza kuhusu watu waliofariki kwa muda mfupi sana kwa pamoja.

Nyamhindi alipata huzuni kubwa sana huku machozi yakimtoka. Hakuwa na jambo la kufanya maana hayo yote yameshatendea maana maji yamemwagika na huwezi kuyazoa kama mahindi.

Ntemanya aliendelea kwa kusema, siku ya leo Ntenga anaoa na tulikorofishana naye baada ya kumwambia asimuoe yule mwanamke.

Kwa nini ulimwambia asimuoe? Nyamhindi aliuliza. Ntemanya aliendelea, unajua hapa kuna siri kubwa sana inaendelea na huenda watu hawaijui. Nyamhindi akasema wewe niambie ni siri gani hiyo? Tayari watu wa Ngaya wameshaingia kwenye utawala wa hapa. Hivi unaweza ukaamini kuwa Mgoyela sio mtoto wa baba yangu? Yaani ninashidwa nianzie na jambo lipi maana mambo ni mengi sana. Ntemanya alikuwa akisema hayo huku akitiririsha machozi mengi sana. Nyamhindi alisema, mimi nilikuambia ni mama yako. Sasa wasiwasi wako ni nini? Wewe niambie yote nitakuelewa na usiwe na wasiwasi mama yako amefika.

Ntemanya aliendelea, yule mwanamke anayemuoa Ntenga ni lao moja na mama yangu huyu wa kambo. Mgoyela naye yumo kwenye mpango huu kabambe. Halafu baba yangu alininyang'anya kuwa mtoto wa kwanza na akampa Mgoyela. Na baada ya kufanya hivyo kesho yake mzee alikuwa hawezi kuongea tena. Mpaka leo hii tunavyoongea baba hawezi kuongea.

Nyamhidi akasema makosa yaliyofanywa na wazazi wetu hatutakiwi kuyarudi ni vyema sasa tuwe makini. Maana hakuna namna kwa sasa. Na hayo yote unayoyajua hakuna hata mmoja atakayekuamini lakini matukio ndio yatakayowafanya wajue.

Haitakuwa vyema tusipo waambia mapema maana ni bora ukweli ukasemwa japo tutajitengenezea maadu wengi sana. Nina uhakika hata Lubala naye hajui mpango huu. Maana naye alishiriki kuukamilisha pasipo yeye kujua. Sasa unapaswa kuwe kimya. Mimi ndiye nitakaye yasema haya yote japo watu wengi hawatayaelewa. Na itabidi baada ya muda huu mimi nitakuja kukuchukua ili tukaishi pamoja Nyakayenze. Huko kutakuwa na utulivu wa hali ya juu maana hakuna watu wengi. N ahuko ndiko nyota ya Magharibi itakako zaliwa. Kwa hiyo uwe na subira maana subira yavuta heri.

Ntemanya alipata faraja sana kusikia hivyo. Nyamhindi alipika chakula. Wote wawili walikula kwa furaha sana, huku wakipeana hadithi za hapa na pale.

Baada ya siku mbili Nyamhindi alimuaga akisema itabidi niende nikawaone baba na mama ni muda mrefu sana.

Nyamhindi aliondoka kuelekea nyumbani kwao kwa ajili ya kuwaona wazazi wake. Muda wa siku mbili hivi alifika nyumbani. Watu walikuwa wengi sana wakiendelea na sherehe ya kuoa kwa Ntenga. Alienda moja kwa moja nyumbani kwao. Aliona mazingira yamebadilika sana. Soji hakuwepo nyumbani. Alikuwa kwenye sherehe. Kwakuwa milango ilikuwa haijafungwa, aliingia ndani na kupumzika.

Baadae Soji aliporudi nyumbani, alihisi kama kuna mtu yupo pale maana aliona mlango alivyouegesha ni tofauti. Ikabidi awaulize watu ambao alikuwa nao; hivi, mbona ninaona kama mlango upo tofauti? Wakauliza, tofauti gani? Hivi nyie hamuoni kama kuna tofauti yoyote? Wakasema, mbona tunaona kawaida tu.

Nyamhindi alisikia sauti ya mama yake akiongea nje. Kwa furaha alitoka nje kumkimbilia mama yake na kumkumbatia. Mama yake alishangaa sana huku akiwa amepigwa butwaa kwa furaha. Soji akasama, kwa sauti ya juu mwananguuu!!! Umekua sasa aise. Kila wakati nilikuwa nakuwaza sana. Hatimaye leo nimekuona.

Walizungumza. Kisha Soji alimuuliza mwanaye, hivi una taarifa kuwa Ntenga ameoa? Nyamhindi akasema, ndio ninafahamu. Nilipita kutoka kwa Ntemanya. Amenipa taarifa za mambo yote yaliyotokea huku. Soji akasema basi karibu sana baba yako bado yupo kwenye sherehe. Watu ni wengi sana kwenye sherehe hiyo. Na amepata msichana mzuri sana maana wamesoma nae chuo. Pia ni mtaalamu sana wa kuimba. Kwa kweli mimi nina furaha sana.

Soji aliendelea kusema, wewe itabidi upumzike leo maana sherehe inamalizika kesho kutwa. Kesho tutakwenda pamoja ili ukawasalimiane na watu. Na wale wasiokufahamu wakufahamu. Halafu Ng'washi yupo, naye atafurahi sana akikuona. Wewe pumzika. Ngoja mimi nikuandalie chakula kizuri.

Nyamhindi alijilaza chini akiwa na mawazo mengi kichwani na namna hali halisi ya mazingira jinsi yanavyobadilika kwa kasi. Utabiri wote ulio kwenye kitabu unakamilika kwa kasi kubwa. Aliona mtu wa kuweza kuongea naye na wakaelewana ni Ntemanya tu, maana anajua na anaweza kushirikiana naye. Aliona ni vigumu sana kumweleza mama yake akamkubali.

Asubuhi Soji alienda kumuona Nyamhindi na kumwambia, jiandae ukamuone mke wa Ntenga. Wapo kule na Ng'washi wanaongea. Na nina uhakika utafurahi sana ukimuona huyo binti. Alijiandaa kisha wakaondoka moja kwa moja. Ng'washi alipomuona aliruka juu na kuita dada! umebadirika sana na unazidi kupendeza. Walisalimiana naye Nyamiji aliinuka kwenda kumsalimia Nyamhindi huku akipiga magoti. Baada ya salamu Ngw'ashi alimkabidhi kiti ili waendelee kuongea.

Ng'washi alianza kwa kutambulisha. Huyu hapa ni dada yangu anaitwa Nyamhindi. Alikuwa ameenda kusoma nchi za mbali na sasa amerudi. Yaani huyu ni kila kitu kwangu, maana katika utoto wetu tulikuwa watatu. Yeye alikuwa mkubwa wetu. Alitusaidia sana mambo mengi. Najua Ntenga akisikia kuwa Nyamhindi yupo hapa atafurahi sana.

Aliendelea, dada, huyu hapa anaitwa Nyamiji ndio mke wa Ntenga. Huyu anasifika sana katika jamii yetu kwa kuwa na sauti nzuri ya uimbaji. Kwa hiyo nina furahi sana kumpata mtu kama huyu katika jamii yetu.

Nyamhindi akasema ninashukuru sana kwa kukufahamu. Labda ningependa kumuuliza Nyamiji. Kwani wewe familia yako yaani baba na mama yako wako wapi? Nyamiji alipata kigugumizi kidogo. Kisha akasema baba yupo hapa lakini mama hayupo hapa. Nyamhindi akasema nina maanisha baba yako mzazi. Kwani huyu ni baba yako mzazi? Ng'washi akadakia maswali gani dada unauliza? Mbona maswali ya ajabu sana. Sio vizuri kuuliza maswali maswali. Kwa nini tusiendelee na hadithi zetu? Nyamhindi akasema, mimi si dada yako? Anayeoa ni ndugu yangu wa damu. Ujue nimetoka mbali ninataka kujua na ni muhimu nijue maana nataka kuwapatia zawadi wazazi wake. Na ni lazima zawadi hiyo wapate wazazi wake wa damu. Maana nikimpatia mtu ambaye sio mzazi wake atapata matatizo. Ng'washi akasema sawa dada lakini tuendelee na mengine utaongea nae pekee yako na umuulize maswali unayotaka yote. Si unaona hapa watu wengi wanakuja na kutoka. Nyamhindi akasema, sawa lakini nadhani Nyamiji amenielewa.

Sherehe ilipamba moto. Watu walikula na kunywa. Michezo mbalimbali ilioneshwa. Nyamhindi aliendа kuongea na Ntenga. Baada ya kuonana na Ntenga, Ntenga alifurahi sana. Nyamhindi akasema siku zinakuja, furaha hii unayofurahi itakuwa kilio kwa jamii nzima ya Busambilo. Kwa sababu mmefumbwa macho na hakuna yeyote anayeweza kuona. Walioona hawajulikani na hawasikilizwi. Hii ni hatari sana. Ntenga akasema, dada unaongea kwa mafumbo sana sikuelewi. Mafumbo huwa yanatolewa kwa wale waelevu. kwa kuwa wewe sio muda mrefu utakuwa mfalme wa hapa ni muhimu kuyaelewa haya. Je, ni kipi chema kati ya mambo haya mawili kuuza nchi yako kwa tamaa ya mapenzi au kuondokana na tamaa ya mapenzi ili ukomboe taifa lako? Ntenga akasema hakika ni vyema kuondokana na tamaa ya mapenzi kisha ukakomboa taifa zima. Nyamhindi akaendelea, ndio maana ninasema unapoenda kusoma chuo huendi kusomea ujinga, unaenda kusoma kwa manufaa ya jamii nzima na kizazi kijacho.

Unatakiwa ujue kila hatua unayopiga ni ya muhimu sana katika maisha ya usoni. Kila maamuzi unayofanya yana umuhimu sana kwa jamii nzima. Lakini kwa sababu sasa tayari Nyota ya Kusini yenye rangi nyekundu imeshaanza kuimeza nyota ya ukweli hakuna atakaeelewa mpaka wingu zito lenye damu litakapotokea ndipo wenye hekima watakaposimama na kusimamia ukweli. Ninafurahi kusema hivyo maana wewe utashuhudia haya yote yakitendeka. Huwezi kuukwepa ukweli huu, na mpaka sasa huwezi kunielewa. Lakini muda na majira yatakapofika utanifuata na kuniuliza dada hizi dalili zina maana gani. Ndipo ufahamu wa jamii utakapoanza kufunguka na tayari jamii itakuwa kwenye kifungo kikubwa. Ndipo sasa Nyota ya Magharibi itakapoanza kung'aa.

Ntenga alisema, dada haya unayoongea kwa kweli mimi sikuelewi. Kwa sababu umetoka mbali sana, hebu ngoja nikupeleke kwa Mgoyela ukaonane naye. Huyu ndiye mshauri wangu wa karibu sana. Ananisaidia mambo mengi mno.

Waliondoka na kwenda kumuona.

Baada ya kufika kwa Mgoyela. Mgoyela alikuwa amezungukwa na watu wengi akiwapigia hadithi nyingi sana. Baada ya Nyamhindi na Ntenga kufika akasema jamani ondokeni sasa dada mkubwa amefika. Kisha akasema dada!! Umependeza sana yaani unaonekana kama malaika. Sura yako inag'aa, na mwendo wako huo wa mikogo unaweza toa nyoka pangoni. Nyamhindi aliketi na wakasalimiana. Kisha Nyamhindi akasema, kwa hakika tunda mwitu haliwezi kubadilika, litabaki kuwa hivyo hivyo. Mgoyela alicheka kwa sauti ya juu sana na kuitikia, kweli dada unayoyasema. Na sasa tayari kila kitu kiko kwenye mikono yetu, sasa unaweza kufanya chochote? Nyamhindi akasema siwezi kushiriki unajisi huu. Sawa dada, huwezi, lakini kwenye kitanda kisafi kuna chawa sasa, utafanya nini? Sina cha kufanya zaidi ya kuacha kukilalia kitanda hicho ili wale chawa wapate njaa. Mgoyela alicheka sana. Hebu dada acha matani ngoja basi tujumuike ili tufurahi mama!! Kaka mkubwa amepata jiko. Tena ni jiko kweli la maana. Baada ya kuongea walimuaga Nyamhindi akaondoka na kuelekea nyumbani.

Mgoyela alimfuata Ntenga na kumwambia unajua hawa dada zetu wana wivu sana. Huenda huyu ameona wivu kuona wewe umeoa. Na yeye bado yupo tu hajaolewa. Ntenga akasema atazoea tu, kametoka huko kalikotoka kanaanza kutuletea methali hapa. Hebu kaache. Bado hakamujui Nyamiji baadae kenyewe kataanza kupiga makofi.

Baada ya wiki mbili hivi Nyamhindi alimwambia mama yake kuwa ninataka niongee na wewe, wajomba na mama zangu wote wadogo. Soji akasema, sawa. haina nitakwenda kuwaambia. Je, unataka waje hapa nyumbani au? Nyamhindi akasema ningependa waje hapa.

Soji alienda kuwaita ndugu zake na kuwaambia Nyamhindi anataka kuongea na ninyi. Walipofika wote, Nyamhindi alianza kwa kusema najua sio kitu cha heshima watu wazima kuwaita mimi mtoto mdogo sana kwenu. Tangu babu afariki ni miaka mingi sana imepita mpaka sisi sasa tumekuwa wakubwa na ukiangalia Ntenga ameoa sasa. Ni miaka mingi sana, nchi yetu hii imekuwa ikienda bila kuwa na fimbo wala kitabu cha siri maana hakuna anayeweza kukisoma. Babu alikuwa na uwezo mdogo wa kukisoma kitabu hicho na kujua majira na wakati. Na kwa kiasi kikubwa katika utawala wake alijitahidi sana kuepusha matukio ambayo yangeweza kuangamiza taifa letu. Babu anawaamini sana ninyi ndio maana huenda kuna mambo mengi aliwaambia. Lakini nadhani bahati mbaya hamjaweza kuwaambia watoto wenu kiasi kwamba hakuna yeyote anayejua ni wapi taifa letu linaenda.

Sasa nisiwachoshe. Tayari nyota ya Mashariki inazima na nyota ya Kusini inaanza kung'aa kwa kasi. Hakuna hata mmoja anayelijua hili maana macho yamefumbwa msijue dalili. Ngolo alidakia, wewe mtoto haya yote umeyajuaje? Maana babu yako aliyasema nilijaribu kuwauliza ndugu zangu hakuna aliyenijibu.

Kweli mama mdogo baada ya uharibifu kuingia kwenye ufalme ndipo sasa macho ya watu yatafumbuliwa na hakuna atakayeweza kuzuia. Sasa ni wajibu wetu kuitunza nyota ya Magharibi maana ndiyo itakayokomboa jamii yetu yote.

Kapela alisema kweli mambo hayo baba aliyasema lakini tangu niingie kwenye utawala sijawahi kuona hiyo fimba wala hicho kitabu. Nyamhindi akasema utabiri lazima utimie huwezi kukiona kitabu hicho maana ungekiona huenda ukombozi usingepatina. Lakini kitabu kipo na kipo salama. Hata hiyo fimbo ipo pia. Mimi nitajitenga na ninyi mpaka nyota ya Magharibi itakapoanza kuonekana.

Siku moja Nyamiji alimfuata Ntenga na kumwambia unajua mme wangu tangu tuoane sasa hivi ni mwaka mmoja na nusu na sioni mwelekeo wa maisha yetu ya baadae. Hatuwezi kujua mipango ya

Maulana, wewe unaweza ukatangulia mbele za haki na baba yako akiwa bado ni mfalme na mimi nikakosa haki ya kuwa mke wa mfalme.

Ntenga akasema unamaanisha nini kusema hivyo? Mme wangu sina maana mbaya nina maana nzuri sana kwamba; kwa nini usimwambie baba yako apumzike kuwa mtawala na akuachie wewe utawala? Ntenga akasema unataka nimwambie kuwa ninataka kutawala wakati yeye bado hai? Ndio! Na jambo hilo litakuwa jema sana maana utakuwa unamuombea mazuri aweze kuishi maisha marefu badala ya kusubiri afariki. Ni wazo zuri sana mke wangu na ninadhani baba atafurahia sana wazo hili. Sasa ngoja nikaongee na washauri wangu waniambie ni namna ipi iliyo bora ya kuweza kuongea na baba. Nyamiji akasema sawa haina shida.

Ntenga alienda kuonana na Mgoyela ili aweze kupata ushauri kuhusu jambo aliloambiwa na mke wake. Baada ya Mgoyela kumsikiliza Ntenga alisema unajua hayo ni maamuzi ya busara sana. Ndio maana ninakupongeza sana kuoa mwanamke mwenye busara. Huyu mwanamke hakika atakusaidia sana. Huo ushauri aliokupatia ni mzuri. Cha kufanya twende mimi na wewe kwa baba yako tukaongee nae. Nina uhakika jambo hili sio gumu kwake ni suala la kutoa maamuzi tena halichukui hata mwezi mmoja. Ntenga akasema basi twende kesho. Mgoyela akasema sawa haina taabu kabisa maana wewe na mimi ni chanda na pete.

Lakini kabla ya kwenda kuonana na baba yake aliamua kwenda kuonana na Nyamhindi na Ngw'ashi. Waliongozana na Mgoyela kwenda kuonana nao. Ntenga alielezea kila kitu. Baada ya kueleza hayo yote Nyamhidi alimuuliza Ntenga wewe umesema kuwa kati yako na Mgoyela ni chanda na pete. Nieleze ni nani pete na ni nani kidole? Ntenga akasema mimi ni Kidole na Mgoyela ni pete yangu. Umesema vyema, basi huwezi kukata kidole kwa ajili ya pete bali unaweza kuharibu pete kwa ajili ya kidole. Mimi sina zaidi ya hilo. Ntenga akasema sawa dada yangu kwa mafumbo. Ngoja niende kuonana na baba ili jambo hili liweze kufanyika kwa haraka sana.

Ntenga na Mgoyela walienda kuonana na Kapela. Ntenga alianza kueleza wazo lake hilo la kuwa mfalme. Mgoyela aliongezea kwa kusema tena atakuwa mtawala mzuri sana maana atakuwa chini yako ukimuelekeza mambo mengi. Unajua huwa tunakosea sana unakuta mfalme anaingia kutawala pasipo kuwa na ujuzi wowote. Kwa kuwa wewe utakuwepo utakuwa unamshauri vitu vingi. Kapela akasema, kweli mawazo yenu ni mazuri sana na yatanipa muda wangu kupumzika na kushughulika na mambo madogo madogo na ninyi vijana mkimbizane na mikikimikiki ya maendeleo yetu. Nitaenda kuongea na wazee kuhusu jambo hili. Lakini Ntenga akasema, baba jambo hili ni muhimu sana maana nimeona litaleta manufaa makubwa kwenye jamii yetu. Na ninasikia eti kwenye kitabu hiyo habari imo imeandikwa. Kapela akasema, sawa nitalishughulikia suala hili msiwe na wasiwasi wanangu.

Baada ya siku mbili Kapela aliitisha kikao cha wazee na Wanangwa wote ili kuongea nae kuhusu jambo hili. Watu waliitikia wito wake na kufika kwenye ukumbi wa mikutano kwa ajili ya jambo hili. Alianza kwa kueleza, unajua ndugu zangu umri wangu huu sasa nahisi akili yangu inachoka sana na ninashindwa kufanya maamuzi mazuri. Kwa hiyo, kwa kuona hivyo nimeamua kumtawaza mwanangu Ntenga ili aweze kutawala. Ninaomba ushauri wenu. Wazee na Wanangwa walishangaa sana maana jambo hilo halijawahi kutokea. Walimuuliza kwani mfalme, kuna jambo gani unashindwa kulifanya? Maana sisi wasaidizi wako tupo na tunafanya majukumu yetu vizuri sana. Kapela aliendelea kusema kitabu chetu kinasema hivyo na kimeeleza kabisa kuwa ni lazima nifanye hivyo na nisipofanya hatutaweza kusonga mbele. Wazee walikubaliana na mfalme na kupanga siku ya kumtawaza Ntenga kuwa mfalme.

Baada ya mwezi mmoja watu wengi walikusanyika kwa ajili ya kutawazwa mfalme mpya Ntenga. Kama kawaida kiti kiliandaliwa na mambo yote yalifanyika kama kawaida. Nyamiji alimpongeza sana Ntenga na kusema, huu sasa ndio ushujaa niliokuwa ninautaka kweli wewe ni mwanaume shujaa. Ninakupenda sana mme wangu. Wewe ni ngao yangu na nuru nipatapo shida.

Sehemu ya Tatu

Nyamhindi aliondoka na kuelekea nyang'ombe kwa ajili ya kumuona Ntemanya ili wakasafishe kaburi la baba yake (Masemba). Kama ilivyo desturi, walifanya hatua zote zinazotakiwa. Kisha Nyamhindi akasema sasa ni muda wetu mwafaka wa kuondoka na kuenda Nyakayeze maana tayari utawala upo mikononi mwa watu wa Ngaya na wakijua tu kuwa wewe unajua mambo yao hakika watakuua. Inabidi tuende nikawaage wazazi wangu na nikamuage Ng'washi. Lazima tuondoke maeneo haya na mtu yeyote asijue sisi tumeenda wapi, sawa?

Waliongozana wote kwenda kuwaaga wazazi wa Nyamhindi kisha wakaendelea na safari yao. Hakuna mtu yeyote aliyejuwa wapi walikokwenda. Walienda mpaka wakafika Nyakayenze na kuamua kuishi huko. Ntemanya alikuwa anampenda sana binamu yake na kila siku walikuwa wakishirikiana katika shughuli walizokuwa wakifanya za kilimo na bishara ndogo ndogo. Kwa kuwa watu wa Nyakayenze hawawatumbui kwa sura zao hawakujua kuwa wametoka kwenye ukoo wa mfalme. Waliwachukulia kama watu wa kawaida tu.

Baada ya mwaka mmoja kuisha Nyamhindi alimwambia Ntemanya unajua unatakiwa unioe ili tuishi mke na mume. Maana hii nyota niliyoibeba lazima itokee kwenye damu ya ukoo wetu. Kwa hiyo jambo hili ni muhimu sana. Ntemanya alikataa akasema, haiwezekani mimi nikakuoa wewe. Ninakuheshimu sana. Nyamhindi akasema sawa, hiyo heshima unayoniheshimu iwe kwa vitendo maana nitaona kweli unaniheshimu kama tutazaa mtoto. Ntemanya aliendelea kusema wewe ni binamu yangu kabisa iweje nifanye kitendo hiki huoni kwamba nitakuwa ninatenda kosa. Nyamhindi akasema sawa unavyosema, ila ninakuomba utumie muda wako kufikiri vizuri jambo hili maana ni muhimu sana.

Ntemanya aliingia kwenye dimbwi la mawazo mengi sana. Alikuwa akiwaza je, akubali au akatae? Na akikataa je, ataendelea kukaa na Nyamhindi? Lakini akikubali wataishi pamoja na kundelea kufurahi. Ntemanya akaona ni vyema akubali maana ni yeye pekee anayeweza kumuamini na kumuelezea shida zake.

Ntemanya alimfuata Nyamhindi na kumuuliza. Nyamhindi hivi lengo lako ni nini hasa kuhusu jambo la kukuoa wewe. Nyamhindi akasema lengo kuu ni kutimiza utabiri na kuweza kulikomboa taifa letu. Ntemanya akasema, sawa. Nimekubali utakuwa mke wangu. Je, tunatakiwa kufanya nini iliijulikane kuwa wewe ni mke wangu? Nyamhindi akasema tayari watu wa Nyakayeze wanajua kuwa wewe ni mume wangu. Jambo moja ni mimi na wewe kuanza kulala kitanda kimoja. Sasa kuanzia leo mimi na wewe ni mume na mke. Kama ulikuwa unawaza wanawake wengine kuanzia leo uache mara moja. Ntemanya akasema hakuna shinda yoyote.

Maisha yalibadilika na kuanza kuishi mke na mume. Furaha iliyo changanyikana na huzuni ilitawala katika maisha yao. Nyamhindi alimueleza mambo yote kuhusu uwezo wake. Na alisema, ikitokea tutapata mtoto nitaanza kumfundisha akiwa bado ni mdogo kuhusu ukombozi wa nchi yetu. Nimesoma sana kutoka kwenye nchi mbalimbali na nikagundua kuwa mimi sio yule anaye tarajiwa, mimi ni mbeba nyota tu. Kwa hiyo ninatakiwa niitunze hiyo nyota kwa gharama zote. Kwa hiyo mimi na wewe ndio wakombozi wa taifa hili la kwetu maana sasa hivi Ngaya imeshachukua kila kitu na hakuna hata askari wala kiongozi anayeweza kuliona jambo hili. Hakuna tena ishara zozote zitakazoonekana katika jamii yetu hii ya Busambilo mpaka nyota itakapoanza kuonekana.

Nyamiji alimfuata Ntenga na kumwambia unajua mume wangu sasa tuna miezi sita kwenye utawala sijaona kitu chochote ulichokifanya cha maana sana. Sasa ninaomba ndugu zangu waliopo Busiya uwape utawala waweze kutawala. Ninaomba baba yangu awe mshauri mkuu wa wazee maana ana hekima sana. Na ndugu zangu wengine uwape utawala wawe wanangwa ili furaha yangu ipate kutimia. Ntenga akasema mbona hilo jambo dogo sana. Waambie waje. Nitaongea na Mgoyela ili tuliweke sawa jambo hili. Sitaki baba yangu aanze kuingilia mambo ya utawala wangu maana ninataka uende kwa mchaka mchaka. Yeye umri wake unaenda sasa hawezi kwenda na kasi yangu hii.

Baada ya siku tatu tayari Ntenga alikuwa amewagawia maeneo ya kufanya kazi na Mpuya tayari alikuwa ndiye kiongozi wa wazee. Ntenga aliwaita wazee na Wanangwa wote na kuwaeleza kuwa Mpuya ndiye atakayekuwa kiongozi wao. Unajua mimi ninataka Busambilo tuanze mchaka mchaka kuelekea kweye hatua kubwa ya mabadiliko.

Siku moja Mpuya alimfuata Ntenga na kumwambia mheshimiwa ninakuheshimu sana. Ninaomba jambo moja. Ili tuweze kufanya kazi vizuri si vyema kuwaweka ndugu zako karibu. Nchi hii imeshindwa kusonga mbele. Kwa hiyo ninataka ndugu zako wote waondoke eneo hili na waende wakakae mbali na hapa. Halafu ninaomba Masele aachane na kuwa karibu na jeshi letu hili tunataka tulifanye jeshi letu liwe la kisasa na liwe dogo. Kwa hiyo ni muhimu kutenganisha kazi na kujuana. Wanatakiwa waondoke hapa haraka sana sisi tutakuwa tunaenda kuwasalimia na tutawapatia chakula.

Ntenga alijibu na kusema, wewe fanya uonavyo vyema maana wewe ndiye mkuu wa wazee hapa. Lakini inabidi ukutane na Mgoyela uongee nae halafu tuone mambo yanakuwaje. Mpuya akasema sawa hakuna shida ila kesho nitawapelekea taalifa ya wao kuondoka hapa na tutawapa makazi Iseme kwa sasa hivi kwa kuwa tunafanya mabadiliko makubwa watakaa kwenye kijumba kidogo mpaka mambo yatakapokwenda vizuri.

Kesho yake kweli waliagizwa askari kwenda kuwachukua na kuwaondoa maeneo yao. Waliuliza hivi kwa nini jambo hili linafanyika? Askari walisema haya ni maagizo kutoka kwa mfalme sisi tumetumwa tu. Yaani tunatolewa kama wezi bila hata heshima. Mpuya akamweleza Ntenga, haya tunayafanya kamafundisho kwamba wajue kutenganisha mambo ya kikazi na mambo ya kindugu. Wanatakiwa wabadilike sasa na wajue wewe upo kazini.

Mpuya aliwasiliana na watawala wa Ngaya na kusema sasa kila kitu kipo safi hatua moja tu imebaki kuweza kumaliza mambo yote.

Mpuya alikutana na Wande, Mgoyela na Nyamiji. Wote sasa wakaamua kuanza kuwaua ndugu zake na Ntenga taratibu. Halafu kupanga utaratibu wa kuweza kumpindua maana hatua zao zimefanikiwa sasa kwa asilimia sabini. Lakini bado mambo mawili muhimu moja ni kuwateka viongozi wa wachawi na pili kuteka utawala wote uwe chini yao. Sasa, wewe Nyamiji unatakiwa sasa Ntenga awe chini yako. Wewe ndio, uwe mfalme na wewe ndio uwe unatoa maamuzi, sawa? Wote walikubaliana.

Hatua kabambe zilianza. Nyamiji alimfuana Ntenga na kumwambia unajua mume wangu tangu tuanze kukaa na wewe naona mwenzangu umeridhika kabisa naona kama kichwa chako hakifanyi kazi vizuri. Wewe ni mwanaume wa namna gani huwezi hata kunipa mimba ili nizae!! Ninakushangaa sana. Yaani wewe ni mwanaume suruali tu huna chochote. Sasa ili tuweze kuweka mambo sawa, ninataka nione kama kweli unanipenda utangaze kuwa mimi ni malkia na wewe upo chini yangu, sawa?

Ntenga akasema mke wangu unajua kabisa namna gani ninavyokupenda haya mambo ya kupata mtoto ni majariwa tu mke wangu. Wewe unajua kabisa siwezi kukukatalia chochote utakachosema. Kuhusu wewe kuwa malkia mbona hilo jambo dogo sana. Kesho nitaenda kuonana na Mgoyela na Mpuya ili tuone tunaweza kufanyaje.

Kesho yake Ntenga aliwaita Mpuya na Mgoyela ili waweze kuongelea jambo hilo. Mpuya akamuuliza kweli upo tayari kufanya hivyo? Ntenga akasema kwa kuwa tupo kwenye mabadiliko makubwa ni muhimu nikaheshimu uamuzi huo, maana naona uamuzi huo una maana sana. Mgoyela akasema kweli, kwa kuwa umesema tupo kwenye mabadiliko makubwa basi ni vyema tukaheshimu uamuzi wako muheshimiwa.

Wazee na Wanangwa waliitwa kwa jili ya suala hilo. Ntenga aliwaeleza na kuwa amekubaliana na jambo hilo kwakuwa wapo kwenye mkakati wa mabadiliko makubwa sana. Kwa sababu yeye ndiye mwenye maono ya mabadiliko basi yeye abaki kubeba maono na mke wake aweze kuyasukuma mbele.

Wazee na Wanangwa walikubaliana kuhusu jambo hilo na utaratibu wa kumuweka Nyamiji kuwa malkia ulifanyika haraka sana. Ntenga alibaki kuwa mtu wa kawaida tu na Nyamiji ndiye aliyekuwa mtawala wa Busambilo yote.

Baada ya mwezi mmoja Mpuya aliitisha kikao cha Wanangwa wote na kuwambia kwasababu tupo kwenye mabadiliko makubwa inabidi vyuo vyote vifungwe na tufanye madadiliko makubwa kwamba hakuna tena kujifunza vitu wanavyofanya. Sasa hivi vyuo vyote watakuwa wanajifunza kuimba nyimbo atakazotunga malkia wetu ili kuenzi taaluma yake.

Kweli hatua hii ilifanyika ndani ya mwezi mmoja na kuteketeza kila kitu kilichokuwa kinatumika kufundishia. Mpuya alisema hivyo vitu ni vya kishenzi na vya tamaduni za zamani vimepitwa na wakati na vinatakiwa kuchomwa moto na kutetetezwa. Tutaagiza wataalamu kutoka nchi za jirani kwa ajili ya kuleta taaluma ya kisasa na kuachana na mambo haya ya kizamani.

Walimu wote walifukuzwa na kuondolewa vyuo vyote kwa madai ya kwamba hawana uwezo wa kufundisha na wanapotosha watu. Hata lile kaburi la Gindu, alama zake zote ziliondolewa na ilipitishwa njia ili kumbukumbu isiwepo. Mpuya aliwaambia haya ni mabadiliko makubwa watu wapate elimu ya kisasa yenye manufaa. Watu wajifunze kuimba na wajue namna ya kupiga makofi wakati wanaimba.

Utaratibu wa watu kuimba ndio ulitawala kwenye masikio ya watu wa Busambilo. Wataalamu kutoka Ngaya walileтwa kwa ajili ya kufundisha vyuo vya Busambilo. Kila sehemu muhimu waliwekwa watu wa Ngaya. Watu wa Busambilo kazi yao ilikuwa ni kuimba na kufanya kazi za kitumwa.

Wasichana walifundishwa kwenye vyuo jinsi ya kufanya uchangudoa na umalaya. Walifundishwa namna ya kuweza kuwa na wanaume wengi na wote wasijue.

Vile vile wavulana walifundishwa jinsi ya kujiheshimu utumwani. Walifundishwa kuwaheshimu watu wa Ngaya na kuwatumikia maisha yao yote.Walielezwa kuwa watu wenye akili ni watu wa Ngaya na kwa maana hiyo wenyewe hawana uwezo wa kufanya chochote.

Nyimbo nyingi zilitungwa kwa ajili ya kuwasifu watu wa Ngaya, kwamba watu wa Ngaya ndio wanaoleta utajili. Ndio wanaoleta mvua ni muhimu kuwasujudia na kuwaabudu maana ni wakubwa.

Nyamiji alimfuata Ntenga na kumwambia wewe sio mtu wa jamii yetu wewe ni mtu wa Busambilo. Kwa hiyo hufai kuwa hapa. Mgoyela akasema, wote wanaokuzunguka hapa ni watu wa Ngaya. Mama yangu ni mtu wa Ngaya na huyu unayemuona hapa anaitwa Mpuya ndio baba yangu mzazi. Sasa cha kukusaidia tu wewe ondoka hapa na uende unakojua maana uking'ang'ania hapa nitakuua kwa mkono wangu.

Uko wapi sasa utawala wenu wenye nguvu? Uko wapi sasa uwezo wenu? Maana wote mpo mikononi mwetu. Hapa huna msaada wowote. Wachawi wote hawana uwezo tena maana vitu vyao vyote tumevichoma. Tumesikia habari za Nyamhindi kuwa alitoroka na hajulikani aliko. Tutamsaka popote na tukimuona hakika lazima auawe. Ndugu zako wote baba, mama na shangazi zako wote tayari tumeshawauwa. Walikuwa huko Iseme. Askari wetu kutoka Ngaya wamewaua. Cha kukusaidia tu wewe ondoka Busambilo maana sasa ipo chini ya Ngaya ikifika kesho hujaondoka lazima ufe.

Ntenga alianza kukumbuka maneno ya Nyamhindi na kuelewa maana yake. Sasa kweli anashuhudia mambo ya kinyama yanatendeka mbele yake. Watu aliowaamini na kuwapa nafasi za juu kumbe ndio maandui zake wakubwa. Hakuwa na namna ya kufanya ikabidi aondoke zake. Alikimbia na kwenda kuishi porini. Alikaa peke yake pasipo kujua afanye nini.

Mfalme wa Ngaya alifunga safari na watu wake ili kuja kutembelea Busambilo. Alifika Ikoulou na kukutana na watu wake. Kwanza alikutana na Malkia Nyamiji na kumpongea kwa kazi nzuri. Sasa ndugu zangu ni wakati wa kuanza kufurahia maisha baada ya kazi yenu nzuri kuimaliza. Unaona sasa hili taifa sasa hivi ni letu na hawa watu wote wapo chini yetu. Ni lazima sasa tukubaliane kwamba tunaunganyisha hili na kuwa taifa moja.

Lakini ninapenda kuuliza je, wale ndugu wa huyu mfalme mmewaangamiza wote na yeye mmemuua? Mmoja ambaye alikuwa mfalme tumemfukuza na amekimbia hajulikani aliko. Kuna wengine wawili walishapotea muda mrefu sana mpaka sasa hawajulikani waliko. Mmoja anaitwa Nyamhindi amewahi kwenda kusoma nchi za mbali hajulikani aliko. Huenda alishakufa maana ni miaka mingi sasa na hajawahi kuja kwa ndugu yake. Na kuna kengine kapo kajinga kajinga na kenyewe hakajulikani kapo wapi kanaitwa Ntemanya. Nina uhakika watakuwa wamekufa hao.

Mfalme wao akasema basi sasa si vibaya kufurahi huku mkijihadhali kwamba huenda hao hawajafa.

Baada ya miaka Kadhaa Ntemanya kuishi na Nyamhindi kama mke na mume. Nyamhindi alipata mimba. Baada ya miezi kutimia alijifungua na kupata mtoto wa kike. Kwa kweli siku ya kujifungua Nyamhindi tukio kubwa sana lilitokea angani. Nyota nyeupe kutoka Magharibi iling'aa sana.

Mpuya aliiona ishara hiyo na kufanya jitihada kwenda Ngaya ili kuonana na wachawi wakule kujua hiyo nyota ina maana gani maana ishara hiyo haijawahi kutokea.

Alipofika, alikwenda kuonana na mfalme wao na kumwelezea kila kitu kilichotokea. Wote walifunga safari kwenda kwa mchawi mkuu.

Mchawi aliwaambia hiyo nyota ni ishara ya mtawala wa kike kazaliwa kutoka kweye ukoo wa mfalme. Huyo mtoto atakuwa na nguvu kubwa sana na mama yake anuwezo mkubwa sana. Fanyeni iwezekanavyo ili kuweza kuizima nyota hiyo.

Baada ya Nyamhindi kupata mtoto wa kike alifurahi sana na kumwambia Ntemanya sasa huyu ndiye Nyota ya Magharibi hii ishara umeiona ndiye yeye tunaye mtarajia. Kwahiyo jina lake ataitwa Nkamba. Ishara hii imeonekana pote. Kwa hiyo watu wa Ngaya watafanya njia yoyote ile ili kumuua mtoto huyu. Kwa hiyo inabidi tukimbie, tuondoke hapa tukakae nchi ya Buhima baada ya miaka kumi tutarudi hapa Nyakayenze.

Waliondoka na kwenda mpaka nchi ya Buhima na kuishi huko.

Baada ya Mpuya kurudi kutoka ngaya alimweleza malkia Nyamiji kuwa ile ni ishara ya mtu mkubwa wa kike kuzaliwa. Kwa hiyo tufanye njia yoyote kuhakikisha tunazima nyota ile.

Walikubaliana kupita mji kwa mji kuangalia watoto wachanga. Ikiwa watamwona mtoto wa kike watamchukua, kama ni wakiume watamwacha. Waliwachukuwa watoto wote wachanga wa kike na kuwaleta Ikoulou. Mpuya akasema, tuwafanye nini watoto hawa? Maana hatuwezi kujua yupi kati ya hawa ndiye mtarajiwa. Nyamiji akasema wachinjwe wote na kuwa chakula cha ndege na wanyama wa porini. Kweli hatua ya kuwachinja watoto ilifanyika. Watoto wa kike wapatao mia tano walichinjwa siku ile.

Mateso ya watu wa Busambilo yalizidi sana. Waliteswa na kufanyishwa kazi ngumu bila ujira. Waliumizwa na kufungwa. Walipata mateso makali sana. Wengi walifariki kwa kukosa chakula na wengine kwa kutumikishwa kazi ngumu. Hakuna mtu ndani ya Busambilo aliyeamini kwamba maisha yangeweza kubadilika na kuwa hivyo. Watu wa Ngaya walizidi kunawili na kutembea kwa maringo huku wakiwatukana na kuwaaambia watu wa Busambilo ni masikini. Hawana akili. Busambilo ni dunia ya tatu, huku wenyewe wakijinasibu kuwa ni dunia ya kwanza ya watu walioendelea. Wenye uwezo wa kufanya chochote. Watu wa Ngaya walipata chakula bora ambacho kimsingi kililimwa na watumwa kutoka Busambilo. Huku watu wa Busambilo wanalima bila kula wanacholima na huku watu wa Ngaya wanakula wasicholima. Sura za watu wa Busambilo zilichakaa sana. Walichukuliwa kama wanyama. Walifungwa kengere miguuni ili wajulikane kila sehemu wanakopita.

Nyamiji alibadili mateso kila kukicha na kujenga majengo makubwa makubwa kwa ajili ya kuwafunga watu wa Busambilo. Alijenga kumbi nyingi za maonesho kwenda kuangalia watu wa Busambilo wanavyopigana. Na mapigano hayo lazima mtu mmoja auawe ndio mwingine anatangazwa kuwa mshindi. Mambo yalikuwa magumu sana kwa watu wa Busambilo maana kila kona ilikuwa ni kilio na damu kumwagika. Kila kukicha afadhali ya jana. Mipango ya kuhakikisha wanawanyonya jasho hadi damu ilipangwa, huku Mpuya akisimamia kila hatua.

Kila sehemu waliwekwa vibaraka wa watu wa Ngaya. Baadhi ya watu wa Busambilo walifundishwa kufanya unafiki. Kwa hiyo walikuwa wakikaa kwenye jamii ya watu wa Busambilo na kupeleka taarifa kwa wahusika. Kisha wale waliokuwa wanatuhumiwa walipewa adhabu kali sana. Busambilo ilidhibitiwa kila kona na watu wa Ngaya.

Baada ya mtoto kufikisha miaka mitatu Nyamhindi alianza kumfundisha hisabati ili kuziweka akili zake katika mtazamo sahihi. Huku Ntemanya akijishughulisha na kilimo na biashara ndogo ndogo. Watu wa Buhima walimpenda sana Ntemanya kwa jinsi alivyokuwa anajituma kuisaidia familia yake na jamii nzima inayomzunguka.

Kila siku Nyamhindi alimfundisha Nkamba kuhusu nchi yao na jinsi gani nchi yao ilivyo nzuri na ya kupendeza. Alimueleza kila kitu kuhusu babu yake alivyomwambia. Alimpa habari yote kuhusu yeye kusafiri na kwenda nchi za mbali kwenda kujifunza kwa ajili ya maandalizi.

Nkamba aliendelea kukua na kuwa na afya njema huku akili zake zikiwekwa sawa sawa na mama yake. Kila siku mama yake alikuwa akimwambia unajua mwanangu wewe ndiye mkombozi wa taifa letu. Usikubali hata siku moja kuwa mnyonge. Kuna mambo makubwa sana yapo mbele yako, kwa hiyo jitahidi sana kusimamia maamuzi yako. Na unatakiwa kuwa na maamuzi thabiti. Maadam mimi mama yako bado nipo nitahakikisha ninakuelekeza njia iliyo sahihi ili usipotee. Unatakiwa kusimamie zamu yako na usiteteleke maana ndani yako kuna nguvu kubwa. Kwa hiyo usiogope chochote kitakachotokea mbele yako.

Nkamba aliambiwa historia yote ya jamii ya watu wa Busambilo.

Nkamba alikuwa na sura nzuri kama mama yake. Uso wake wa duara na pua yake vilipendezesha sana sura yake. Japo alikuwa ni mdogo lakini sura yake nzuri ilionekana.

Baada ya Nkamba kufikisha miaka minane alikuwa na uwezo mkubwa sana wa nguvu za uchawi. Vilevile alikuwa tayari ameshajua hesabu za maumbo na nguzo kuu za hisabati. Alikuwa ni mtoto mwenye akili kubwa sana anayejua mambo mengi sana akiwa na umri mdogo. Kila akikutana na watu alikuwa akiwapa changamoto kubwa sana. Uwezo wake wa kupigana uliwafanya watu wengi wa Buhima wamuogope. Nkamba alikuwa hapendi kuona mtu anaonewa. Akikuta mtu anaonewa hakika alikuwa akinunua kesi. Uwezo wake wa kujieleza na ushawishi wa hali ya juu uliwafanya watu wengi wampende na alijizolea wafuasi wengi sana ndani ya Buhima. Alikuwa na uwezo wa kuimba, kuchenza na kuruka sarakasi. Kusema kweli mtoto huyu alikuwa amejariwa vitu vingi sana.

Nyamhindi alianza kumfundisha mbinu za kichawi alizopewa na Gindu. Baada ya mwaka mmoja tu alikuwa tayari ameshaelewa.

Nyamhindi alimwambia, mwanangu sasa hivi una miaka tisa. Sasa unatakiwa uanze kujifunza kitabu hiki cha agano la watu wa Busambilo na ujue jinsi ya kutumia fimbo hii. Nitakufundisha mambo mengi lakini mengine utayajua mwenyewe. Baada ya kufikisha miaka kumi itatubidi turudi Nyakayenze na kuanza kuimarisha utawala wa Busambilo kuanzia kule. Mwanangu huna muda mrefu sana wa kujifunza vitu vingi kwa wakati mmoja lakini maadamu mimi mama yako nipo hai nitahakikisha ninakusaidia ilikufikisha adhima yetu.

Baada ya miaka kumi kufika walirudi mpaka Nyakayenze na kuanza makazi mapya. Wote watatu waliendelea na kazi za kilimo na biashara ndogo ndogo.

Siku moja Nkamba alikuwa akipita, akaona askari wanamnyanyasa mtu mmoja. Nkamba alisogelea tukio na kusema kwa sauti ya juu mwacheni la sivyo nitawaumiza. Askari walikuwa watatu, walimfuata Nkamba kwa hasira. Nkamba aliwapiga kipigo cha mbwa mwizi. Walikimbia kwenda kutoa taarifa kwa wenzao kwamba kuna mtoto yupo hapa anapiga kipigo kibaya sana hebu angalia tumetoka manundu kwa sababu ya mtoto huyo.

Askari walikusanya jeshi la watu mia moja kwenda kupigana na Nkamba. Baada ya kuona vumbi limetanda angani na askari wengi wanakuja. Nyamhindi akamwambia Nkamba hebu nenda kawashughulikie mimi ninaandaa chakula unatakiwa usitumie muda mrefu sana tumia dakika tano tu. Nkamba akasema, sawa mama.

Nkamba alikutana nao. Walipokaribia umbali wa mita kumi Nkamba aliwaambia, "leo mtajua kuwa Nkamba ndiye Malkia wa Nyakayenze." Baada ya kumaliza hivyo aliruka juu na kupita kwenye vichwa vyao huku akiwakanyaga kila anayekanyangwa lazima aanguke chini na kupoteza fahamu. Ndani ya dakika tatu kikundi chote kilikuwa chini, kila mmoja akisikilizia maumivu.

Nkamba alirudi na kusema, mama nimemaliza kazi uliyonituma. Nimewapa maumivu ila sijawaua ili wapeleke taarifa kuwa mimi Malkia wa Nyakayenze nimeanza kazi.

Nyamhindi akasema sawa mwanangu lakini sasa inabidi tuulinde mji huu na askari wote waondoke. Tuweke ukuta wa kichawi mpaka utakapo maliza mafunzo yako ndio tuanze kupanua utawala wako. Nkamba akasema, sawa mama.

Kesho Nyamhindi na Nkamba walipita mji wote wa Nyakayenze kusaka askari wote na kuwaondoa kwenye mji ule ili mji ubaki salama na watu wafanye kazi zao kwa amani. Askari wote waliondolewa na Nyamhindi aliweka ukuta wa kichawi kwamba hakuna mtu yeyote kuingia kwenye mji huo. Kutoka anaweza kutoka lakini hawezi kurudi.

Baada ya kumaliza kazi hiyo ya kuweka ukuta, walipita kwa watu wote na kuwaambia wakutane kwenye mkutano ili waweze kuwaeleza kinachoendelea. Nyamhindi alisimama katikati na kusema kuanzia leo ndani ya mji huu wa Nyakayenze tunaukataa utawala wa Ngaya tunarudisha utawala wetu. Mimi hapa ni mjukuu wa mtawala mkuu wa Busambilo. Babu yangu alinieleza habari nyingi kuhusu utawala wetu alinikabidhi kitabu hiki hapa na fimbo hii hapa ili niweze kuitunza kwa ajili ya kusubiri nyota mpaka itakapotokea. Nyota yenyewe ni mwanangu huyu hapa anaitwa Nkamba. Nkamba alizaliwa katika kijiji hiki na ishara kubwa ilitokea siku ya kuzaliwa kwake ilinibidi nikimbie kwenda Buhima kwa ajili ya kumhifadhi sasa hivi ameshakuwa na anajua mengi sasa basi zimebaki hatua chache amalizie na tutaenda kubambana na hawa ili tukomboe taifa letu.

Nkamba alisimama na mama yake katikati na kusema, mimi ndiye Malkia wa Nyakayeze. Sasa hivi tupo salama hakuna anayeweza kuja kwenye mji wetu. Umelindwa kwa nguvu kubwa sana.

Watu walipiga kelele na kushangilia kwa vigeregere na makofi.

Wanafiki waliopandikizwa walitoka na kupeleka taarifa kwa malkia Nyamiji kuwa Nyamhindi yupo na yupo na mtoto wake anajiita Malkia wa Nyakayenze. Kwahiyo wakakamatwe na kuuliwa maana tayari wameshauteka mji ule.

Mpuya alisimama na kusema haraka tunataka askari waende wakauzunguke mji ule na kuteketeza kwa moto.

Askari mia mbili walichaguliwa kwenda kuteketeza mji huo. Wale wanafiki walitangulia mbele ili kuhakikisha maslahi yao yanalindwa.

Baada ya kukaribia mji ule upepo mkali ulianza kuvuma huku vumbi kubwa likitanda kila mahali. Iliwabidi wasubiri ili upepo na vumbi lipite. Lakini vumbi na upepo ule vilidumu kwa muda wa siku saba na wakawa wanyonge hawawezi kusogea mbele maana njaa kali iliwakamata. Walishindwa kuendelea mbele na wakaona heri warudi na kutoa taarifa. Askari wengi walifia njiani kwa kushindwa kutembea na kukosa chakula muda mrefu. Walirudi askari hamsini tu wengine wote walifia njiani wakati wanarudi. Walifikisha taarifa kwamba tumeshindwa kufika maana vumbi kali lilitokea mbele yetu na tukaona tusubiri lakini vumbi lile halikwisha. Mpuya akasema huenda ni hali ya hewa tu hiyo basi inatakiwa tuandae jeshi lingine liende huko na chakula ili wasubiri mpaka vumbi litakapoisha na wengine wawe wanawaletea chakula.

Safari ilianza, walipokaribia kama umbali wa kilomita nane hivi walikutana na shimo refu sana lenye upana wa kilometa moja linazunguka mji wote wa Nyakayenze. Huku kwa mbali waliwaona watu wakiendelea na kilimo. Walishindwa wafanye nini maana shimo lilikuwa refu mno huwezi kuona mwisho wake chini na ukitupa jiwe huwezi kulisikia likifika mwisho. Na ukisikiliza kwa makini baada ya sekunde kumi ndio linafika chini. Iliwabidi warudi tu na kutoa taarifa kuwa wameshindwa kwenda mbele maana wamekutana na shimo refu sana na hawawezi kupita.

Mpuya alijibu na kusema huenda lile vumbi na upepo ule umechimba hilo shimo basi ninawaomba tuende wote na mimi nikajionee hilo shimo

Waliongozana na Mpuya ili kujionea hali halisi. Walipokaribia mbele yao waliona nvua kubwa ikinyesha yenye ngurumo na radi. Walipo fika eneo lilipokuwa shimo wakakuta maji yamejaa. Askari wakasema hapa ndipo shimo lilipokuwa. Mpuya akasema basi mtu mmoja anayejua kuogelea avuke.

Askari wawili walijitolea. Wakajitupa kwenye maji yale. Walipotea moja kwa moja. Hakuna hata mmoja waliyeweza kuonekana. Mpuya akasema jamani turudi tukatafute namna mpya ya kuweza kuvuka hapa. Wakati wanarudi walikukutana na askari wale waliojitupa kwenye maji wanasema mkuu tumekosa ulichotuambia tukaona turudi haraka.

Mpuya alishangaa sana na kusema nyie si mlijitupa ndani ya maji. Mkuu mbona unaongea kitu ambacho hatukuelewi. Wewe ulituambia turudi tukachukue samaki wabichi nyumbani kuwa umewaweka sebuleni kwako. Sasa tumefika huko nyumbani samaki hawapo. Mpuya alichanganyikiwa na kurudi haraka nyumbani. Alipofika nyumbani aliwakuta samaki sebuleni wakiwa wanaruka ruka. Mpuya alishangaa. Ilibidi aende kuongea na malkia. Baada ya Nyamiji kusimuliwa kila kitu akasema achaneni nao kwanza hako kamji ni kadogo sana. Ila wakijaribu kujitutumua ndio tutawaonesha sisi ni akina nani.

Nyamhindi alikuwa akiwafundisha watu wa mji wa Nyakayenze kilimo bora na kufanya bishara. Kila mmoja kwa sehemu yake alikuwa na ujuzi wa kujitafutia kipato. Mji ule ulibadilika ndani ya miaka miwili. Watu walianza kuishi kwa furaha huku neema ya mvua ya kutosha ikinyesha na chakula cha kutosha kilipatikana. Wote waliishi kama ndugu na jamaa.

Wakati huo huo Nkamba alikuwa amemaliza kujifunza nyota kumi. Alikuwa najua kwa mantiki na metafizikia. Akiwa na umri mdogo sana alikuwa anajua mambo mengi. Tayari watu wa Nyakayenze walikuwa wamekubali kuwa Nkamba awe ndiye Malkia wao na awe mtawala wao.

Habari zilienea Ngaya na Busambilo yote kuhusu utawala ule usioingilika. Nyamhindi na Nkamba waliamua sasa kuanza kurejesha eneo moja moja na kulitawala. Nyamhindi alimwambia Nkamba, mwanangu, sasa ninauhakika umeshajitosheleza. Kwa hiyo inatakiwa sasa usimame uweze kulikomboa taifa lako.

Walipanda kulichukua eneo lote la Msalala, Mwigilo na Bukoli. Nkamba alijiita jeshi la mtu mmoja. Alianza kupita kila mji na kuwafukuza askari wote wa Ngaya. Mapiganao yalikuwa makali sana eneo la Kalumwa maana watu wa Ngaya walikuwa wameweka kambi yao moja kubwa sana maeneo yale. Kila sehemu alipopita alikuwa akihakikisha anawateketeza askari wote wa Ngaya na kuuzungushia mji ukuta wa kichawi.

Kila alipomaliza mapambano alikuwa akirudi nyumbani. Alikuwa akikuta mama yake amemwandalia chakula kizuri na kumtia moyo Alipewa ramani yote ya Busambilo. Kila sehemu akipita alikuwa akijiita Malkia wa Nyakayenze.

Watu wote walikuwa wanamwita Malkia Nkamba wa Nyakayenze. Walikuwa wameandika jina hilo la Malkia Nkamba wa Nyakayenze kila mahali. Waliandika kwenye mawe, nyumba, miti na hata kwenye nguo zao. Kila akisimama kuongea na watu, watu wote walikuwa wanamkubali. Mara zote alikuwa akisema ni wakati wa kusimama na kutetea taifa letu. Tumeteswa muda mrefu. Hakuna nchi yoyote yenye huruma itasimama kutusaidia. Ni sisi wenyewe. Watu wa Busambilo kwa nguvu zetu kuamua. Haiwezekani watu kutoka Ngaya waje watutawale. Waue ndugu zetu na kututesa. Wametufunga na kutuweka vibaraka wao kila kona. Ni wakati sasa wa kusimama kama taifa na kuwa wazalendo ili kutetea nchi yetu.

Mimi ni ndugu yenu ni damu yenu ni lazima sasa kusimama na kuondokana na uonevu huu. Mimi nitasimama mbele yenu na kuwatetea. Hakuna yeyote ataweza kunizuia maana ninatetea haki ya watu wangu. Mimi ndiye MALKIA NKAMBA WA NYAKAYENZE.

Alifanikiwa kukomboa Bulima, Buhungukila, Nela na Busumabu. Taarifa za Malkia Nkamba zilienea Busambilo yote. Ngaya walisikikia taarifa hizo. Nyamiji aliagiza kikosi kazi kutoka Ngaya kuvamia maeneo yote yaliyotekwa na Nkamba. Nyamiji aliita hicho ni kikundi cha waasi lazima tukikomeshe mara moja. Nendeni mkateketeze huyo mtu kisha mniletee kichwa cha mama yake hapa. Wachawi kutoka Ngaya waliagizwa kuingia Busambilo ili kuhakikisha kwa udi na uvumba wanamkamata Nkamba na kumuua. Kisha wanachukue kichwa cha mama yake na kukiweka sanamu pale Ikoulou.

Wachawi waliagizwa kwenda moja kwa moja Msalala na kuhakikisha wanauteka maana ndio chimbuko la mashambulizi yote. Nyamhidi alikuwa ndiye anakaa huko muda wote wakati Nkamba alikuwa akizunguka kuhakikisha ukombozi unarejea.

Wachawi wale walienda wakidhani Nyamhidi hajui uchawi. Baada ya kuanza safari tu ya kuelekea Msalala, Nyamhindi aliwaona kabisa jinsi wanavyokuja. Alianza kuwanyonga huko huko kabla hata ya kuanza safari.

Kila mmoja alijikuta anaanguka na kufa hapo hapo, huku akiwa ametoa jicho jeupe pee. Walichanganyikiwa hata hawakujua huu ni uchawi wa namna gani, kwa nini tukipanga kila mpango wanakuwa wameifahamu.

Wakapeleka taarifa kwa mfalme wa Ngaya kwamba hali huku sio nzuri maana askari wanauliwa ovyo ovyo. Wachawi nao wanauliwa hata kabla ya kuanza safari. Tunatakiwa tufanye jambo kubwa sasa maana wanaweza kutuzidi kete. Mfalme alituma taarifa na kusema hizo ni porojo. tu Gindu hayupo alishagakufa muda mrefu. Hao ni watoto sana hawana uwezo wa kupambana na sisi. Wewe kaza buti sisi tupo nyumba yako.

Ninakutumia wachawi namba mbili hawa hakuna hata mmoja atakaye wazuia. Wakati huu hatuendi Msalala tunamsaka kwanza huyo anayejiita Nkamba tummalize kabisa.

Walisikia Nkamba yupo Ndagalu. Walijisemea kuwa nafasi hiyo lazima tuitumie. Tunaenda kumwangamiza huko huko. Kilitumwa kikosi cha wachawi watano wenye uwezo na uzoefu wa hali ya juu sana wanaoweza kumuua mtu kwa kumtazama tu. Wanaweza kujigeuza upepo na kuua haraka sana. Wachawi wale walifungiwa muda mrefu kwa hiyo walikuwa na hasira sana.

Wakati wakiandaa hayo, Nyamhindi alikuwa amekwisha uona mchezo wote. Aliwasiliana na Nkamba kwa njia ya kichawi na kumwambia ajiandae kuna wajinga namba mbili wanakuja. Nkamba akasema, sawa.

Walipita maeneo ya Busiya, Seke na Badi. Kila sehemu wanayopita wanateketeza watu. Walipofika maeneneo ya Segerema, Nkamba akaanza kuwazua. Alianza kuwatupia makombora ya kichawi wanayakwepa huku wakienda kwa haraka sana. Walijibadili na kuwa upepo. Nkamba aliichukua fimbo yake na kuinyosha tayari kuanza kupigana. Hakika ile fimbo ilikuwa na maajabu sana. Inauwezo wa kukausha mchawi akiwa mbali. Aliwanyoshea wachawi hao. Ghafla mchawi mmoja akakauka na kuanguka chini. Mapigano yalipamba moto. Walirushiana makombora. Kila mmoja akimzuia mwenzake asisonge mbele. Nyamhindi aliona dalili za Nkamba kuzidiwa alipiga darubini yake na kuwarenga wawili kwa pamoja wakafa hapo hapo kwa mpigo. Baandaye Nyamhindi akamwambia Nkamba rudi haraka.

Nkamba alirudi akiwa amejeruhiwa na wachawi hao na wale wawili waliobaki baada ya kuona kuna mashmbulizi yanakuja toka wasikokujua, walikimbia na kurudi haraka. Baada ya kufika walitoa taarifa kuwa wenzao wamekufa na wamebaki wenyewe tu. Mchawi mkuu wa Ngaya alikasirika sana na kusema mnaniletea taarifa gani. Huwezi kukimbia mbele ya mapambano. Aliwakamata na kuwaua hapo hapo.

Nyamiji alichanganyikiwa kwani hakujua afanye nini. Akamuuliza Mpuya tufanyenini sasa maana wanazidi kuchukua maeneo mengi. Unajua Msalala na hapa sio mbali sana. Ina maana wametuweka kiporo tu. Sasa tufanye nini maana wanatumia uchawi wa hali ya juu.

Mpuya akamwambia ukipenda vitu vizuri kumbuka vinagharama yake. Haya ndio malipo yake. Kwa hiyo ni lazima tupambane mpaka tone la damu la mwisho. Nyamiji akasema mimi sijawahi kupigana. Nitafanya nini? Kama hujawahi kupigana waachie nchi yao urudi kwenye shida. Au umesahau kuwa tupo hapa kwa maslahi ya Ngaya? Nyamiji akasema, mimi ninaenda kujisalimisha kwao. Mpuya akasema, wewe utakuwa mjinga namba moja kabisa uende ukajisalimishe! Ni bora kufa ukiwa umesimama kuliko mateso ukiwa umepiga magoti. Mpuya aliendelea, vita ni vita tu. Sisi ndio tulioanzisha ugomvi huu kwa kushindwa kuridhika na vitu tulivyokuwa navyo. Watu walitupokea vizuri baadae tukawageuka na kuwafanyia mabaya. Wewe unategemea wao walikuwa wanafurahi. Vita hii tuliyoianza lazima tuimalize.

Nyamiji aliendelea kusema, sikujua kama Nyamhindi ni mtu hatari namna hii. Ndio maana kuna maswali mengi sana alikuwa akiniuliza. Alikuwa anajua kila kinachoendelea lakini hakuwa na namna maana tulikuwa tumewateka kimawazo ndugu zake.

Mpuya naye akasema, huyu ana ujuzi wa mambo mengi sana. Alisafiri miaka mingi kwenda kusoma nchi za mbali. Halafu utaalamu wote wa Gindu anao. Utaalamu wote wa Lubala anao. Jumlisha na elimu aliyoipata huko alikokuwa ameenda. Huyu ni mtu hatari sana na hakuna hata mmoja anaye mfahamu. Angalau angekuwa Gindu tunamjua tabia zake tungeweza hata kumuwekea mtego. Huyu Nyamhindi anaijua dunia yote jinsi ilivyo. Hata tunavyoongea sasa hivi hapa anatusikia.

Nyamiji alianza kutetemeka, kila kitu akikishika kinadondoka chini alishindwa afanye nini. Hakuwa na la kuongea tena. Aliwaza jambo la maana ni kukimbia. Lakini atakimbilia wapi maana kokote atakakoenda Nyamhindi anaweza kumuona.

Mpuya alimwambia itabidi sasa twende Ngaya tukaongee na mkuu wa wachawi kuhusu hatua maalumu za kufanya maana hakuna namna yoyote ya kusonga mbele.

Baada ya siku mbili Nkamba akawa amepona. Akamwambia mama yake ni lazima sasa tumalize ugomvi huu. Nipe kila kitu ambacho umebakiza kunipa ninaenda kuvamia kambi yao tumalize haraka. Mwanangu kila kitu nimekupa wewe usiogope toa woga ndani yako. Kumbuka masomo ya metafizikia ndio nguzo kubwa ya kufanya unachotaka kufanya. Hebu kumbuka ni vitu gani ulikuwa unafanya wakati ninakufundisha hiyo kozi. Nyota zote kumi na tano unazo. Kitabu umemaliza kukisoma. Sasa ni wakati wa kutumia ujuzi wako. Wewe sasa hivi ni mtawala wa Busambilo. Onesha uwezo wako kwa watu wako.

Nkamba aliendа kukaa pekee yake na kujituliza taratibu huku akiongea na nafsi yake maana alishafundishwa namna ya kuongea na nafsi. Baada ya muda kidogo, ishara kuu ilitokea angani. Nyota kutoka

Magharibi iling'aa sana na kuipoteza ile nyota iliyokuwa katikati ikitoa rangi nyekundu. Baada ya kuona ishara hiyo alifurahi na kusema sasa huu ndio wakati wa kurejesha utawala wetu.

Alirudi nyumbani na kumwambia mama nipo tayari. Kesho namaliza kazi hii yote.

Wakati mkuu wa wachawi akijaribu kupangilia kikosi cha wachawi namba moja; Nkamba aliwapima kwenye darubini na kuwaona wote na vifaa vyao walipoviweka. Nkamba kasema hawa nisiwaue kwanza ngoja niwamalize nguvu ili akili za ubinadamu ziwaingie. Alirusha kombora zito na kuteketeza vifaa vyao vyote. Moto ulitanda kila sehemu makao makuu ya wachawi kule Ngaya. Mkuu wa wachawi alishangaa kwamba kombora lile limetokea wapi na amejuaje sehemu vifaa vilipowekwa. Wachawi wote waliweweseka Wasijue la kufanya. Mkuu wa wachawi wa Ngaya akawaambia wenzake kila mmoja ajitetee na nafsi yake. Siwezi kuwalinda. Vifaa ninavyovitegemea vyote vimeteketea na sinauwezo wa kupigana. Ninaona jambo la maana ni kujinyonga kuliko kukamatwa na kuteswa. Alichukua Kamba, akajinyonga na kufa pale pale.

Wakati Nyamiji na Mpuya wakiwa katika maandalizi ya kukimbia kwenda Ngaya ili kuongea na wachawi, ghafla Nkamba aliwavamia na kuwaambia sasa huu ndio mwisho wenu. Mimi niliye mbele yenu ninaitwa Nkamba, Malkia wa Nyakayenze mtoto wa Nyamhindi baba yangu anaitwa Ntemanya. kwahiyo leo ndio mwisho wa udhalimu wenu.

Mpuya akasema wewe mdogo sana huwezi kufanya lolote. Nkamba akasema, sijaja hapa kutaniana na mtu. Mpuya akajibu, kwani nani anataniana na wewe katoto kadogo kamezaliwa juzi juzi tu. Wewe ni mtoto mdogo sana bado unatoa uvundo wa maziwa mdomoni. Mpuya aliongwa maneno hayo huku akitema mate chini.

Nkamba akaona anapotezewa muda. Akaruka juu na mithili ya nyani akirukia tawi. Alienda kumtandika ngumi ya shavu. Pale pale

Mpuya alijikuta yupo chini huku damu zikitoka mdomoni. Wakati huo Nyamiji alikuwa akitetemeka, huku mkojo ukitoka bila kujijua.

Aliwakamata na kuwafunga Kamba kisha kuwazungusha Busambilo yote huku akiwaeleza watu kuwa hawa ndio walioleta mateso katika jamii yetu ni lazima sasa muwajue na tabia za hivi zikome.

Mpuya na Nyamiji walifunika nyuso zao. Huku watu wa Busambilo wakiwa na furaha.

Kila sehemu walikuwa wakiiba, Kurejea kwa Malkia Nkamba wa Nyakayeze.

Watawala dhalimu wa Ngaya walikimbia na kundi lote la wachawi lilipotea kabisa. Mpuya na Nyamiji walifungwa gerezani maisha yao yote.

Nkamba aliweka ukuta kuzunguka Busambilo ili kwamba kila anayetaka kuingia lazima apimwe na ajulikane lengo lake ni nini.

Watu wa Busambilo waliishi kwa furaha chini ya utawala wa Nkamba. Mateso na manyanyaso yaliisha. Watu wa Busambilo walinawili na kurejea kuwa taifa lenye nguvu tena. Upenda na furaha ilitawala. Kila mmoja alifanya kazi. Vyuo vilijengwa.

Nyamhindi alikuwa akifundisha hisabati, mantiki na metafizikia. Walimu wengi walipatikana wakifundisha masomo mbalimbali. Majengo makubwa yalijengwa. Watu waliishi katika ustaarabu wa hali ya juu sana. Mabwawa ya kuogelea walijengwa kila chuo. Viwanda vya kila namna vilianzishwa.

Watu wa Busambilo waliishi kwa furaha na kuheshimiana

Don't miss out!

Visit the website below and you can sign up to receive emails whenever Annael Samwel publishes a new book. There's no charge and no obligation.

https://books2read.com/r/B-A-WDMZ-QVQLC

BOOKS 2 READ

Connecting independent readers to independent writers.

www.ingramcontent.com/pod-product-compliance
Lightning Source LLC
LaVergne TN
LVHW060258051026
849517LV00003B/850
* 9 7 9 8 2 2 3 7 9 4 7 6 9 *